चंद्रा

(कथासंग्रह)

बाबा कदम

दिलीपराज प्रकाशन प्रा. लि.
२५१ क, शनिवार पेठ, पुणे - ४११० ३०.

चंद्रा

CHANDRA

प्रकाशक

राजीव दत्तात्रय बर्वे,
मॅनेजिंग डायरेक्टर,
दिलीपराज प्रकाशन प्रा. लि.,
२५१ क, शनिवार पेठ,
पुणे - ४११०३०.

आवृत्ती सहावी - १५ सप्टेंबर २००८

प्रकाशन क्रमांक - ४२६

ISBN - 978-81-7294-679-1

मुखपृष्ठ - सुहास चांडक

पोलीस इन्स्पेक्टर
श्री. बी. जी. पाटील यांना

बाबा कदम

चंद्रा

चंद्रा

१९६७ सालचा नोव्हेंबर महिना. थंडी कडाक्याची पडलेली होती. डेंप्युटी सुपरिटेन्डेन्ट श्री. पाटील यांचा कँप लिंगनूर औटपोस्टच्या इन्स्पेक्शनसाठी आलेला होता. गेले चार महिने एकसारखा प्रयत्न करूनही कापशी गावाजवळ सापडलेल्या सोळा सतरा वर्षांच्या मुलीच्या मुंडक्याविना सापडलेल्या प्रेताचं रहस्य पोलिसांना उलगडलेलं नव्हतं. डेप्युटीचे रीडर सबइन्स्पेक्टर जे. के. कुलकर्णी, ज्यांना पोलीसखात्यात फक्त त्यांच्या नावाच्या आद्याक्षरांनीच ओळखतात, ते 'जेके' तो खून उघडकीस येत नाही म्हणून अस्वस्थ झाले होते. आपल्या डिव्हिजनमधील हद्दीत घडलेला खून उघडकीला न येणं हे कर्तव्यतप्तर पोलीस अधिकाऱ्याला नामुष्कीचं वाटतं. जेके अस्वस्थ झाले होते ते यामुळेच.

कापशी हे गाव मुरगूड पोलीस स्टेशनच्या हद्दीत होतं. या कापशीचे जहागीरदार घोरपडे यांना पूर्वापार सेनापती हा किताब होता. अन् त्यांच्या किताबावरून या गावाला 'सेनापती-कापशी' असे नामाभिधान मिळाले होते. कापशी हे जहागिरीचे गाव असले तरी त्याची गणना खेड्यातच करावी लागली असती. या कापशीपासून तीन मैलांवर डोंगराच्या घळीत चार महिन्यांपूर्वी शिर कापलेलं असं सोळा-सतरा वर्षांच्या मुलीचं एक प्रेत मिळालेलं होतं. गावोगावच्या पोलीस पाटलांना त्याबाबत माहिती देऊन गावातील त्या प्रेताच्या वर्णनाची कोणी मुलगी नाहीशी झालेली आहे की काय, याबाबत माहिती देण्याचे आवाहन करण्यात आले होते. पण गेल्या चार महिन्यांत त्याबाबतीत पोलिसांना काहीही धागा सापडला नव्हता.

मुरगूड पोलीस स्टेशनचे सब-इन्स्पेक्टर श्री. दोदवाडकर यांनीही

त्या गुन्हाचा शोध करण्यासाठी खूप सायास घेतले, पण व्यर्थ.

जेके त्या खुनाबाबत विचार करीत औटपोस्टसमोर खुर्ची टाकून उन्हाला बसले होते. थंडी हळूहळू ओसरू लागली. औटपोस्टाच्या हवालदारांनी आणलेला वाफा निघणारा चहाचा कप त्यांनी ओठाला लावला अन् त्याचवेळी समोरून खाजगी भाडं करणारा टॅक्सीवाला धनवडे औटगेस्टासमोर येऊन थांबला. जेकेंना तो ओळखत होता. तेव्हा त्यांना रामराम करून पुढं जावं या हेतूने तो गाडी बंद करून बाहेर आला. जेकेंना अदबीनं नमस्कार करून म्हणाला.

"काय साहेब, बरेच दिवसांनंतर येणं केलं या भागात?"

"ही इन्स्पेक्शन लावलेली आहे ना सध्या, बरं, तुझं कसं काय चाललं आहे धनवडे?"

"चाललंय ते ठीकच म्हणायचं!"

"असं का म्हणतोस?"

"साहेब जरा या औटपोस्टच्या हवालदारांना सांगा, एखाददुसरी जादा 'सीट' गाडीत असली तर लगेच खटला दाखल करत्यात, कोर्टात हिसके मारावे लागतात आणि पाचपन्नास रुपये दंड भरावा लागतो शेवटी. दिवस हे असले महागाईचे, पोट भरायची मारामार, जरा या हवालदारांना आमच्यावर मेहेरबानी करायला सांगा!"

जेके हसले आणि म्हणाले, "अरे धनवडे, ओव्हरलोडिंग केलंस की हवालदाराला खटले हे भरावेच लावणार. त्याचं कामंच आहे ते!"

"ते खरं वो सायेब, पर जरा कानाडोळा केला तर आमच्या पोराबाळांवर मेहरबानकी केल्यागत होईल!"

धुराळ्यानं माखलेली टोपी डोक्यावर व्यवस्थित बसवत धनवडे म्हणाला, "तुमी आमाला इतक्याडाव वर्दीला बलावनं केला. कवा जखमी लोकास्नी हास्पीटलात त्याला तर कवा पंच म्हणून बलीवलंसा, आम्ही कवा तुमचा शब्द नाकारलाय का?"

"बरोबर आहे धनवडे. आजपर्यंत जेव्हा जेव्हा आमच्या खात्याला गरज भासली तेव्हा तू आपल्या हातातलं काम अर्ध्यावर टाकून धावत येत

होतास हे खरं, पण आमच्या या हद्दीत कापशीजवळ चार महिन्यांपूर्वी मुंडकं धडावेगळं केलेलं असं एक पंधरा-सोळा वर्षांच्या मुलीचं प्रेत मिळालेलं आहे. ते प्रेत कोणाचं, तो खून करणारा गुन्हेगार कोण याबाबत आम्हाला काहीच धागा सापडत नाही. तू गावोगाव फिरतोस, खेड्यापाड्यांतून तुझ्या ओळखी आहेत तेव्हा जरा चौकशी करून बघ.''

"साहेब, या हवालदारांना सांगा, कधी एकादी सीट जादा घाटली तर खटलं भरू नगा म्हणून. तुमाला एका माणसाचं नाव सांगतो, तेला भेटा तुमी, काम आक्शी शंभर नंबरी झालंय म्हणून समजा!''

"असं? कोण तो?''

"दगडू शिवा कांबळे! कापशीलाच ऱ्हातो, हारजान वाड्यात तेचं घर हाय. पर माणूस लई च्याप्टर!''

"असं! उद्योग काय करतो तो?''

धनवडे त्या प्रश्नाचं उत्तर द्यायला जरा संकोचल्यासारखा दिसला. तेव्हा जेकेंनी त्याला पुन्हा विश्वासात घेत विचारलं, "तो उद्योग काय करतो हे सांगावंसं वाटत नाही तुला?''

"तसं न्हाई सायेब!'' हात चोळत, लज्जायुक्त हास्य करीत धनवडे म्हणाला,

"साहेब, पूर्वी दारू काडत हुता, पन आता बंद केलंय त्यानं?''

"का?''

"धडाडा खटलं झालं त्येच्यावर. मग कशाला वो त्या फंदात पडतंय? गपगुमान शेती करायला लागलय!''

"अस्सं! पण पोलिसांनी त्याच्यावर खटले भरले म्हणून तो आम्हाला सहकार्य देईल का?''

"तसा माणूस लई चांगला हाय साहेब!''

"ठीक आहे! हवालदार, कापशीच्या त्या दगडू शिवा कांबळेला निरोप पाठवा, आम्ही उद्या कापशी मुक्कामाला येतं आहोत, आमची भेट घ्यावी.''

"जी साहेब !''

“बरंय,धनवडे!”

“मग ते मी सांगितल्यालं लक्शात हाय न्हवं!” धनवडे जाता जाता जेकेंना नमस्कार करून म्हणाला आणि गाडीकडे निघून गेला.

चाळीस पंचेचाळीस वर्षांचा दगडू कांबळे रंगाने काळाकुळकुळीत होता, पण अंगावर एक तुकतुकीपणा होता. डोळे मोठे आणि लालसर होते. गालावर जाड अशा विस्फारलेल्या मिशा होत्या.

जेकेंना रामराम करून तो अदबीनं बाजूला उभा राहिला.

“हंऽऽऽ! काय दगडोबा? काय म्हणतो धंदापाणी?” जेकेंनी मुद्दाम खेळीमेळीच्या स्वरात त्याला विचारलं.

त्यावर तो अत्यंत विनम्र असे भाव चेहऱ्यावर आणून म्हणाला,

“सायेब, धंदा बंद करून टाकला बगा!”

“असं? खरं सांगतोस अगदी?”

“मरगूबायच्यानं खरं सांगतो!”

“बरं,धनवडे टॅक्सीवाला तुझा दोस्त आहे ना?”

“व्हयं सायेब!”

“त्यानंच मला तुझी ओळख सांगितली, तुझ्याकडं एक काम आहे दगडू!” जेके दगडूचं सूक्ष्म निरीक्षण करीत म्हणाले.

“सांगा की सायेब, माज्या हातानं हुन्यासारखं आसल तेवढं करीन!”

“तुमच्या या कापशी गावाजवळ चार महिन्यांपूर्वी एका पंधरा-सोळा वर्षांच्या मुलीचं प्रेत सडलेल्या अवस्थेत सापडलं होतं. गुन्ह्याच्या जागी डॉक्टर प्रेताची उत्तरीय तपासणी करण्यासाठी आले होते. पण ते प्रेत इतकं सडलेलं होतं की त्यात त्यांना त्या मुलीचा गळा कापलेल्या अवस्थेशिवाय दुसरं काहीच तपासता आलं नव्हतं!”

“व्हय व्हय सायेब, आमीबी मडं बगायला गेल्ताव!”

“तर,आता चार महिने झाले; त्या गुन्ह्याचा तपास लागलेला नाही. आम्हाला तुझी मदत हवी ती त्या मुलीच्याबाबतीत! ती कोण असावी,याबाबत तुझं काही डोकं चालेल का?”

“सायेब! मला एक शंका हाय!”

“बोल की!”

“आमच्या गावात एक म्हतारी हाय. रकमा निकमीन!”

“बरं, पुढं?”

“ह्या रकमीची एक लेक गावातच दिलीया, दुसरी म्हसरं राकायला जायाची ती कुठं दिसत न्हाई!”

“ती कुठं दिसत नाही? पण तिच्याबाबतीत तिच्या आईनं किंवा गावात दिलेल्या तिच्या बहिणीनं तिची चौकशी केली असती की नाही?”

“त्योच गोमगाला काय हाय समजत न्हाई! दम खावा, मीच दूम काडतो!”

“हे बघ दगडू, मी दोन दिवस इथं राहणार आहे. चौकशी कर आणि मला उद्या सकाळी सांग!”

“सकाळी कशाला वो. रातच्यालाच येतो की?”

“ठीक आहे. मी अकरा वाजेपर्यंत ऑउटपोस्टाचं रेकॉर्ड तपासणार आहे. तू केव्हाही ये!”

जेकेंनी दगडूचे साहाय्य घेतले खरे पण त्यांना त्याच्याकडून त्या खूनप्रकरणी हवी असलेली सर्व माहिती मिळेलच, असा आशावाद वाटत नव्हता. पण धनवडे ड्रायव्हरनं मात्र जेकेंना अगदी छातीठोकपणे सांगितलं होतं. दगडूकडून काही माहिती मिळाली नाही तर कोणाकडूनच मिळण्याची आशा नाही, इतका धनवडेचा दगडूवर विश्वास होता. धनवडेनं जेकेंना दगडूचंच साहाय्य घ्या, असं सांगण्याचं दुसरं एक कारण होतं. दगडू आणि धनवडे दोघे जिगरी दोस्त होते. मोटार धंदा आणि दारू यांचा असा एक पारंपरिक संबंध असतो तसा! पण ज्या अधिकाऱ्याला आपले कर्तव्य बजावयाचे आहे त्यांना कधी कधी बुटलेगर्स, वेश्या आणि सराईत गुन्हेगार यांना विश्वासात घेऊन त्यांच्याकडून जरूर ती माहिती मिळवावीच लागते. अमुक एक मनुष्य दारूचा धंदा करीत होता म्हणून त्याच्याशी कसलाही संबंध ठेवायचा नाही किंवा एखादी स्त्री वेश्याव्यवसाय करते म्हणून तिच्याशी बोलायचेसुद्धा नाही अशा गोष्टी फक्त अनुभवशून्य पोलीस अधिकारीच करू शकतो.

जेकेंच्या सर्व्हिस शीटला एक कर्तव्यतत्पर पोलीस अधिकारी अशी नोंद केव्हाच झालेली होती. तेव्हा त्यांनी समाजातल्या कुठल्याही स्तरातल्या माणसाचं साहाय्य तो गुन्हा शोधण्यासाठी घ्यायचं ठरवलं असतं तरी ते निषेधार्ह ठरणार नव्हतं.

"बरोबर साडेदहाच्या सुमारास अंधारातून दगडूची हाक आली,

"सा हेऽऽऽऽ ब!"

"कोण? दगडू का?" जेकेंनी पेनचं टोपण लावून पेन टेबलावर ठेवलं आणि ते बाहेर आले.

अंधारात काळ्या वर्णाचा दगडू नेमका कुठं आहे हे दिसण शक्य नव्हतं. कमरेला लुंगी आणि वर एक मळकट छाटी घालून दगडू आडोशाला उभा होता. जेकेंनी बॅटरीचा झोत त्याच्यावर पाडताच त्यानं डाव्या हाताचा कोपरा डोळ्यांवर धरून म्हटलं-

"नगो, नगो, उजेड नगो. मला दिसतंय, हिकडं या, ह्या अंगाला!"

अधीर झालेले जेके पुढ झाले. त्यांनी दगडूचा हात हातात धरून विचारलं-

"काय झालं? काही बातमी मिळाली?"

"व्हय! पर मला माफी करा!"

"कशाबद्दल?"

"एक घोटभर घेतलीया मी!"

"ते असू दे. पण बातमी काय आणलीस ते सांग अगोदर?"

दगडू जेकेंचा हात धरून बाजूला एक कठडा होता तिथं घेऊन आला. जेके कठड्यावर बसले. दगडू अगदी ऐसपैस असा जमिनीवर बसला आणि म्हणाला,

"सायेब, मला वचन द्या!"

"बोल, कसलं वचन पाहिजे तुला?"

"माजं नाव कुणाला समजू नये!"

"मुळीच समजणार नाही! पण तुला समजलंय तरी काय?"

"ऐका!" इकडं तिकडं पहात जवळपास कोणी नाही याची खात्री

करून घेत दगडू सांगू लागला, "आमच्या गावातल्या रकमा निकमीनीची धाकली लेक कुटं दिसत न्हाई म्हणालो हुतो का न्हाई मी?"

"होय, म्हणाला होतास. पुढे काय ते बोल?"

"रकमाला दोन मुली. थोरली कमळा आणि धाकली चंद्रा! रकमाला ह्या दोनच पोरी. कमळी दिलीय कापशीतच, निवऱ्या येदवाला!'

"म्हणजे निवृत्ती यादव याला असंच ना?"

"व्हय, व्हय, पर आमी त्येला निवऱ्याच म्हनतो! तर म्होरं झालं काय, रकमाची पोटापुरती जमीन हाय ती निवऱ्याच बगतो. वर्साचं पोटाला देतो. पण रकमा लई कष्टाळू बाई! तिनं घेतल्या लेक चंद्री म्हशी चारायला घेऊन जायाची, तशीच गावातली अनिकबी पोरंपोरी म्हशी चारायला घिऊन जायाची! दिस उगवायला धारा काढल्या का पोरं भाकरी बांधून जायाची तो दिस बुडल्यावरच परत याची!"

"बरं,पुढं बोल!"

"रकमीनं एक गाडावपना केला!"

"काय केलं?" जेकेंनी विचारलं.

"पोरगीला न्हान आल्यावर दिकून म्हसरासंग धाडायचचं? आवो ढोर आनि तरनीताटी पोर ह्यात काय फरक आस्तो?"

"पुढं काय झालं हे सांग ?" दगडूच्या विषयांतराला फाटा देण्याच्या उद्देशाने जेके म्हणाले.

"म्होरं काय? ढोरं राकायला जानाऱ्या कुना तरनाताट्या पोरासंगं जमल की चंद्रीचं! गम्मत करायला म्हणून गेली आन् प्वाट वाडलं!"

"काय सांगतोस?"

"आवो ते मड्याचं प्वाट फुगलं होतं तर डाक्तर म्हणाला दोन-तीन दिसाचं मडं असलं की आसं प्वाट फुगत. डाक्तरनं जरा वाईच तपासणी चांगली केली आस्ती तर ती पोटुशी हाय म्हणून समजली आस्ती!"

"बरं पुढं काय झालं सांग?"

"चंद्रीनं भाईर बसायची बंद झाल्यावर रकमीला सांगिटलं, आई ग अशानं आसं झालंय म्हणून! रकमीनं डोस्कं बडवून घेटलं आणि निवऱ्याला

आणि कमळीला बलावनं धाडलं.

निवऱ्या म्हणाला, "हुने ते झालंय, आता हिला पंडरपूरला पाटवू या. ततं म्हैलाश्रम हाय, अनात पोरास्नी ती बाळीगत्यात! हिला पंडरपूरला घिऊन जातो, झाली मोकळी तर करून टाकू न्हाईतर हुदे बाळत. प्वार देऊन टाकू अनाताश्रमात!"

"पुढं!"

"पुढं निवऱ्यानं बेत बदलला!"

"पंडरपूरला हिकडली जाणारी येणारी मानसं आस्त्यात, पण उगंच कुनाला दूस लागला तर आब्रुचं खोब्रं व्हायाचं ! म्हणाला मुंबैयला माजा चुलतभाऊ अस्तो, त्येच्याकडं येतो ठिऊन! मुंबैय म्हजे खिरीत खराटा! मेलं काय आन् जलामलं काय, कोन कुनाची पंचात करत नाही. मुंबैयलाच तुक्याकडं सोडून येतो!"

"बरं मग!"

"तुक्याकडं सोडायला म्हणून निवऱ्या चंद्रीला घिऊन गेला हुता एवढा दूम लागला बगा मला. आता म्होरचं काय ते तुमीच बगा, पर मला मातोर शंका हाय ते डोंगराच्या घळीत मडं घावलं ते चंद्रीचंच असायला पायजे!"

जेकेंना दगडून दिलेली ती माहिती निःसंशय बहुमोल अशी होती. त्यांनी दुसऱ्यादिवशी सकाळी निवृत्ती यादवला बोलावणं धाडलं. तीस पस्तीस वर्षांचा निवृत्ती धोतर नेसून, लांब बाह्याचा निळा रेघारेघांचा शर्ट घालून, पटका बांधून औटपोस्टवर आला.

जेकेंना रामराम करून अदबीनं म्हणाला, "मला बोलावलं होतं!"

"हो!" निवृत्ती चार सहा इयत्ता शिकलेला होता. तो इतर गावकऱ्यांपेक्षा व्यवस्थित बोलत होता.

"निवृत्ती, चंद्रा तुझी मेव्हणी लागते नाही नात्यानं?"

"होय?"

"सध्या कुठंय ती?"

"मुंबईला, माझ्या चुलतभावाकडं!"

"कुठं असतो तुझा चुलतभाऊ?"

"सिताराम मिलमध्ये जॉबर आहे!"

"असं?त्याच्याकडे असते काय चंद्रा?"

"होय!"

"तिकडं का रहाते ती?"

मासे धरण्यासाठी गळाची दोरी पाण्यात टाकली की ती हळूहळू हलवावी लागते. त्याशिवाय माशांचं लक्ष वेधलं जात नाही. तद्वतच जेके निवृत्तीला हळूहळू आपल्या गळाकडे ओढत होते.

"साहेब आम्ही गरीब असलो तरी कुळवंत मराठी आहोत! चंद्रीनं शेण खाल्लं. गावात अब्रू जायला नको म्हणून मी तिला मुंबईला चुलत भावाकडं पाठवून दिली आहे!"

"म्हणजे तू गेला नाहीस तिला घेऊन?"

"मीच घेऊन गेलो की!" निवृत्ती आत्मविश्वासाने बोलत होता. बोलता बोलता जेकेंनी तुकाराम यादवचा मुंबईचा पत्ता विचारून घेतला. आणि औटपोस्टच्या कॉन्स्टेबलला त्या पत्त्यावर चंद्रा आहे की नाही हे पहायला धाडला. ते निवृत्तीला औटपोस्टवरून पोलीस स्टेशनला घेऊन आले.

तिसऱ्या दिवशी मुंबईला गेलेला कॉन्स्टेबल तुकाराम यादवालाच सोबत घेऊन आला. तुकारामाला बघताच निवृत्तीचा धरबंध सुटला. तो धाय मोकलून रडू लागला.

निवृत्तीनं पुढं जेकेंना जे जे घडलं होतं ते सर्व सांगून टाकलं.

निवृत्तीनं चंद्राला मुंबईला न्यायचं ठरवलं. रखमानं खर्चासाठी आपली दीड तोळ्याची सोन्याची बोरमाळ निवृत्तीजवळ दिली. संध्याकाळी साडेसहा-सातच्या सुमारास निवृत्ती चंद्राला घेऊन निघाला. गावापासून ते तीन मैलांवर आल्यानंतर तो ओरडून चंद्राला म्हणाला.

"रांडे, आमच्या कुळाला बट्टा लावलास, तुला आता जिवंत ठेवत नाही!" असं म्हणून निवृत्तीनं भेदरून गेलेल्या चंद्राच्या मानेवर कोयत्याचा वार केला. काही क्षणांतच चंद्राच्या शरीराची धडपड थांबली. त्यानंतर निवृत्तीनं तिचं डोकं विळ्यानं कापून घेतलं. आणि तिचं प्रेत पुन्हा एक मैल डोंगराच्या घळीत ओढत नेलं 'आणि जिथं कोणीही जात नाही अशा

ठिकाणी टाकून दिलं.'

"चंद्राचं मुंडकं कुठं आहे?" जेकेंनी त्याला विचारलं.

"ते मी माझ्या घराच्या परड्यात पुरून ठेवलेलं आहे!" निवृत्ती निर्विकारपणे बोलला.

"आणि कोयता?"

"तोही लपवून ठेवलेला आहे, गोठ्यात!"

त्यानंतर निवृत्तीनं आपल्या परड्यात पुरलेलं चंद्राचं मुंडकं पंचांसमक्ष काढून दिलं. तसाच त्यानं चंद्राला मारलेला कोयता गोठ्याच्या छपरात खुपसून ठेवला होता, तो काढून दिला. त्यानंतर त्यानं चंद्राला ज्या ठिकाणी मारलं ती जागा दाखवली. रकमानं खर्चासाठी दिलेली बोरमाळ त्याने निपाणीला पोतदार नावाच्या सराफाला विकली होती. ते दुकान दाखवलं. पोतदाराकडून ती बोरमाळ जप्त करण्यात आली.

निवृत्तीवर इंडियन पिनल कोड कलम ३०२,२०१ प्रमाणे कोर्टात खटला दाखल करण्यात आला. आरोपीतर्फे बचाव करण्याची शर्थ करण्यात आली. पण शेवटी न्यायाधीशांनी निवृत्तीला जन्मठेपेची सजा ठोठावली.

इन्स्पेक्शनसाठी म्हणून गेलेल्या जेकेंनी केवळ तीव्र जिज्ञासेने आणि कर्तव्यबुद्धीने या गुन्ह्यावर प्रकाश टाकला म्हणून खात्यामार्फत त्यांना प्रशस्तिपत्र व रोख रकमेचे रिवॉर्डही देण्यात आले.

गुन्हाचा तपास करताना बातमीदाराचं चारित्र्य किंवा त्याचा व्यवसाय याकडं दुर्लक्ष करून आपणाला कठीण अशा गुन्ह्याच्या तपासकामी साहाय्य करून घेता येतं, याचा जेकेंनी एक आदर्शच घालून दिला.

आता रखमा एकटीच आहे, कमळाही एकटीच आहे. ती आपल्या आईच्या सोबत राहते. जन्मठेपेची सजा झालेला जावई निवृत्ती परत येण्यापूर्वी आपले डोळे मिटावेत म्हणून ती रोज मरगूबाईची प्रार्थना करते.

क्षणिक सुखासाठी चंद्रा मात्र प्राणाला मुकली.

ती त्यातली नव्हती

जहागीरदारांचं वडगाव! महाराष्ट्रात वडगाव नावाची अनेक गावं आहे. पण ते नेमकं कोणतं वडगाव, हे ओळखण्यासाठी वडगाव या नावामागे अगर पुढे दुसऱ्या जवळच्या गावाचं नाव जोडण्याची प्रथा आहे. जसं वडगाव मावळ, पेठ वडगाव इत्यादी!

जहागीर वडगाव हे गाव तसं लहानही नाही आणि मोठंही नाही. तीसपस्तीस हजार लोकवस्ती असलेल्या या गावाला थोडीशी ऐतिहासिक परंपरा होती. गावात मध्यभागी जो दुमजला वाडा आहे, तो जहागीरदार जाधव यांचा! या जहागीरदारांच्या बापजाद्यांची नामावली शोधली तर थेट धनाजी जाधवांपर्यंत इतिहासाचा पुरावा मिळत होता. पण जसजसा काळ लोटला तशी ही जाधव घराणी महाराष्ट्राभर विखुरली. कोणी सैन्यात मर्दुमकी गाजवली, कोणी पोलीसखात्यात शिरले तर कोणी आपल्या शेतीवर लक्ष केंद्रित केले. वडगांवच्या मानाजीराव जाधवांनी शेतीत लक्ष घातलं. गावंच्या उत्तरेला तलाव होता. त्या तलावभोवतालची चाळीस एकर जमीन जाधवांच्या मालकीची होती. शिवाय गावाच्या दक्षिणेला, पूर्वपश्चिम वाहणाऱ्या वेनगंगा नदीच्या काठी जाधवांची गंड्डी नावाची आणखी चाळीस एकर उत्तम प्रतीची जमीन होती. मानाजीराव जाधवांनी काळाची पावलं ओळखली. त्यांनी पाहिलं, काळ झपाट्याने बदलतो आहे. मला एकट्याला ही ऐंशी एकर जमीन स्वत:कडे ठेवता येईल की नाही कोण जाणे? त्यापेक्षा तलावाकाठची चाळीस एकर जमीन गावाला बक्षीस देऊन टाकली तर?

मानाजीरावांनी जमीन देण्याचा निर्णयच घेतला आणि गावच्या सरपंचांना बोलावून घेतलं.

“गावात बरीचशी गरीब कुटुंबं आहेत. त्यांना गुंठाभरदेखील जमीन नाही. मी तलावाशेजारच्या जमिनी अशा भूमिहीनांना वाटून द्याव्या असा निर्णय घेतलेला आहे!”

सरपंच आश्चर्यचकित होऊन मानाजीरावांच्या तोंडाकडे पहातच राहिले.

“सरकार, पण आपण सज्जनरावांना विचारलं का?”

“त्याला काय विचारायचं?”

“नाही म्हणजे ते आता सज्ञान आहेत. तेव्हा पुढंमागं गावकरी आणि जहागीरदार यांच्यात तेढ वाढायला नको, म्हणून म्हणतो!”

सरपंच मानाजीरावांच्या वडिलांच्या भिंतीवर टांगलेल्या पूर्णाकृती फोटोकडेच पहात म्हणाले.

“सरपंच, आजपर्यंत आमच्यात आणि गावकऱ्यांच्यात कधी तेढ निर्माण झाल्याचं ऐकलंय का तुम्ही?”

“कधीच नाही सरकार!” सरपंच हात चोळत म्हणाले.

“अहो, वेळप्रसंगी आमच्या पूर्वजांनी या गावावर आलेले शत्रूचे हल्लेदेखील परतवून लावले आहेत, आमच्या वाड्याभोवतालच्या बुरुजावर अजूनही शत्रूंनी डागलेल्या तोफांच्या खुणा आहेत! अगदी परवा परवापर्यंतचं उदाहरण जर द्यायचं झालं तर आपल्या गावच्या पश्चिमेला तो नरभक्षक वाघ आला होता तेव्हा आम्ही नाही का तो मारण्याची प्रतिज्ञा करून बाहेर पडला? त्या वाघानं आमच्यावरदेखील झडप घातली होती!”

“होय सरकार, आपण ते धाडस केलेलं खरं ! सहा माणसांचा जीव घेतलेला तो ढाण्या आपण अखेर टिपला.”

“ते सोडून द्या, सांगण्याचा मुद्दा काय तर आमचा गाव आणि आम्ही जहागीरदार यांच्यात असलेली ही एकी यापुढेही अशीच नांदावी, एवढंच! आम्ही तलावाभोवतालचं चाळीस एकर रान गावाच्या स्वाधीन केलेलं आहे. ते कोणा कोणाला वाटायचं ते तुमचं तुम्ही ठरवा!”

इतक्यात घोड्याच्या टापा वाजल्याचे ऐकू आले. मानाजीरावांचे एकुलते एक चिरंजीव सज्जनराव रायडिंग करून परतले होते. खाकी ब्रिचेस, त्यावर गडद निळा स्वेटर, गुडघ्याइतके बूट घातलेला सज्जन

जाधव मोठा देखणा होता. गळ्याभोवतालचा स्कार्फ सोडत तो माडीवर आला. सरपंचांना नमस्कार करून तो म्हणाला.

"अं ऽऽ सरपंचकाका, अगदी सकाळीच काय काम काढलं आबांच्याकडं?"

"त्यांनी काम काढलेलं नाही सज्जन, मीच त्यांना बोलावून घेतलंय. तळ्याकाठची चाळीस एकर जमीन गावपंचायतीला देऊन टाकायची म्हणतो मी!" मानाजीराव त्याच्याकडे पहात म्हणाले.

"टाका देऊन! मला नदीकाठची चाळीस एकर जमीनदेखील जास्त वाटते. त्यापैकी पंचवीस एकर ठेवून घ्यावी आणि बाकीचीही विकून टाकावी असं वाटू लागलं आहे!"

"बघा, सरपंच माझ्यावरदेखील कडी केली की नाही यानं? अहो तसे आम्ही जाधवलोक अल्पसंतुष्टच आहोत. आमच्या गरजा भागल्या की झालं! आता एकच विवंचना आहे बघा, या घराला चांगली सुसंस्कृत सून मिळावी!"

"नुसती सुसंस्कृतच नव्हे तर आईसाहेबांच्यासारखी बंदूक चालवणारी सुद्धा!"

दहा वर्षांपूर्वी सज्जन शिकायला पुण्याला होता. मानाजीराव दोन महिन्यांतून पुण्याला जायचे त्याला भेटायला. ते गेले असताना गावच्या लक्ष्मीच्या जंगलातून एक भलामोठा गवू रेडा गावात आला. तो पिसाळलेला होता. त्यानं गावच्या गाई-बैलांना टकरा देऊन जमीनदोस्त केलं. हां हां म्हणता सारा गाव जमला. तो जंगली रेडा पाटलांच्या उसाच्या शेतात असल्याची खबर घेऊन गावकरी जहागीरदारांच्या वाड्याकडे आले. पण मानाजीराव परगावी गेलेले. त्यांच्या पत्नी पार्वतीबाईंना ही हकिकत समजली. त्या म्हणाल्या -

"चला, मी आलेच! त्या जनावराला मारायलाच हवे. नाहीतर आणखीन गावची जनावर मारून टाकील! कदाचित मनुष्यहानीसुद्धा होईल त्याच्याकडून!"

पार्वतीबाई रायफल घेऊन गवू रेडा लपून बसला होता त्या शेताजवळ जाऊन उभ्या राहिल्या. 'लोड' केलेली रायफल त्यांनी जमवली होती.

गावकऱ्यांनी शेताच्या मागच्या बाजूने पत्र्यांचे डबे, ताशे, ढोल वाजवायला सुरुवात केली. गावची कुत्री 'छू ऽऽऽ' घालून उसाच्या फडात घुसवली. तसा तो मातलेला गवू रेडा नाक फेंदारून डरकाळी फोडून उसातून मुसंडी मारून बाहेर पडला. शेपटी उंचावून त्यानं आजूबाजूला पाहिलं आणि तो संरक्षणासाठी पुन्हा लक्ष्मीच्या डोंगराकडे उड्या घेत चालला. पण पार्वतीबाईंनी त्याला एक फर्लांगभरदेखील जाऊ दिला नाही. त्यांनी झाडलेली पहिलीच रायफलची गोळी त्याच्या मानेतून आरपार गेली. मोठ्याने हंबरडा फोडून ते प्रचंड जनावर काही क्षण गडबडा लोळलं आणि थंड झालं. गावच्या लोकांनी जल्लोष केला. त्या गवू रेड्याला बघायला उभा गाव लोटला होता. नंतर त्याची मिरवणूकही गावकऱ्यांनी काढली

मानाजीराव त्या रात्रीच परतले. त्यांनीही आजपर्यंत खूप शिकारी केल्या होत्या, पण एवढा प्रचंड शिंगाचा गवू रेडा मात्र त्यांना टिपता आलेला नव्हता. वाड्यात उजव्या बाजूला अजूनही तो ठेवलेला आहे. नवखा माणूस वाड्यात आला तर अजूनही पेंढा भरून घेतलेले ते प्रचंड धूड पाहून हबकतो. जिवंत असल्यासारखाच दिसतो तो!

सरपंचांनी त्या रेड्याच्या शिकारीचा उल्लेख केल्यामुळे मानाजीराव म्हणाले, "या घरात सून म्हणून येणाऱ्या मुलीला बंदूक चालवायला तरी शिकलंच पाह्यजे आणि त्याचबरोबर या गावावर, गावच्या लोकांवर निरपेक्ष प्रेमही तिला करता आलं पाहिजे! तुम्हाला माहीत आहे ना सरपंच, आमचे आबा त्या पिरा कांबळेला पंगतीला घेऊन बसायचे?"

"हो! त्यांनीच तो पायंडा घातला. म्हणून गावात हा हरिजन तो गिरीजन असा भेद उरलेला नाही! पण सरकार काही म्हणा, आता लवकरात लवकर धाकट्या सरकारांचे लाडू गावाला पाहिजे झालेत!"

त्यावर मानाजीराव आपल्या करड्या झालेल्या मिशांवर पालथी मूठ फिरवीत म्हणाले, "सरपंच, आईबापांनी सून पसंत करायची ही प्रथा बंद व्हायला हवी!"

त्यावर सज्जन हसत हसत उठला आणि आपल्या खोलीकडे गेला. मानाजीराव लग्नाचा विषय निघाला की सज्जनशी अशी चेष्टामस्करी करायचे,

हे त्याला ठाऊक होते.

नोकराने ट्रेमधून चहा आणला. चहा घेताना मानाजीराव म्हणाले, ''सरपंच, या घराला सून कशी पाहिजे?''

''आईसाहेबांच्या पावलावर पाऊल ठेवणारी ! धाडसी, समजूतदार आणि प्रेमळसुद्धा!''

पण अजून मी एकही मुलगी याच्यासाठी बघितलेली नाही. मला मुलींना पहायला जाणे आणि नंतर नापसंत करणे बिलकूल आवडत नाही. जंगली, रानटी पद्धत आहे ती. नाकारलेल्या त्या मुलीच्या मनावर काय परिणाम होत असेल? मी सज्जनला सांगतो आहे, तू इतका शिकला सवरलास, तुझ्या पसंतीची मुलगी सुचव, मग आम्ही वाटाघाटीला जाऊ!''

''काय वाटतं तुम्हाला या माझ्या सूचनेबद्दल?''

सरपंच हसले. समोरच्या पानाच्या डब्यातील सुपारी अडकित्त्याने कातरत म्हणाले, ''सरकार, असं कधी झालंय का? आपणच पुढाकार घ्यायला हवा! मुलं कितीही कर्तबगार जन्मली तरी वडिलांना कुठं सांगतात का मला ही मुलगी पाहिजे म्हणून?''

''माझं म्हणणं आहे आजच्या पिढीनं ते सांगायला हवं?'' तळहातावर मूठ आपटून मानाजीराव म्हणाले.

लग्नाचा विषय चालला असतानाच गावच्या पेठेतून बँड वाजत चालल्याचा आवाज येऊ लागला. तेव्हा मानाजीराव लक्ष देऊन एकत म्हणाले, ''बँड कुणाचा वाजतो आहे? लग्नाचे मुहूर्त तरी सध्या नाहीत! तेव्हा सरपंच म्हणाले, ''लग्नाचा बँड नव्हे सरकार तो! गावात सर्कस आलीय! हत्ती, उंट, बँडच्या ताफ्याबरोबर गावात फिरवणार आहेत!''

''अरेच्चा! बऱ्याच वर्षांनी गावाला सर्कस आली हं! आमच्या सज्जनला सांगायला हवं, सर्कस म्हटली की अजूनही तो खूष होतो. अहो, पुण्याला शिकायला होता तर तिथून मुंबईला केवळ सर्कस बघायला जायचा!''

''पण आता पूर्वीसारख्या सर्कशी आहेत कुठं सरकार? एखादा हत्ती, एखादा हाडं वर निघालेला उंट आणि चार झिपऱ्या पोरी. झाला सर्कसचा संच! पूर्वी आम्ही बघितलेल्या काय एकेक सर्कशी होत्या. दहा-

दहा हत्ती, डझनभर वाघ, एक दोन सिंह, मृत्यूचा गोल, तारेवरच्या जीवघेण्या कसरती, छे! छे! छे! ते सारंच अजब! खर सांगायचं म्हणजे सरकार ते झोपाळ्यावरचं काम बघताना माझ्या तरी काळजाचा ठोकाच चुकायचा! वाटायचं आता त्या लोकांचा हात निसटला तर काय होईल!''

इतक्यात पांढरी विजार, सिल्कचा नेहरूशर्ट घालून सज्जन तिथे आला, आणि म्हणाला, ''आबा तळ्याजवळ सर्कस उतरलीय! मघा रायडिंगवरून परतताना मला तंबू दिसला!''

''तोच विषय चालला आहे आमचा! आता एक चार-आठ दिवस तुझी चांगली करमणूक होणार!''

सज्जन हसला आणि म्हणाला, ''एखादा दिवस जाईन. रोज बघायला मी कोण आता शाळकरी मुलगा आहे?''

मानाजीराव हसले आणि म्हणाले, ''जोपर्यंत तुझं लग्न होत नाही तोपर्यंत तू शाळकरी मुलगाच की? काय हो सरपंच!''

त्या रात्री पुढच्या रांगेतल्या खुर्चीवर सज्जन बसला होता. तंबू चिक्कार भरला होता. एकामागून एक असे खेळ सुरू झाले.

प्रथम घोडे आले. पांढरेशुभ्र चार घोडे. त्यावर वीस-एकवीस वर्षांची एक गौरकाय मुलगी बसली होती. घोडे रिंगणातून फिरू लागले. लाऊडस्पीकरवर सांगण्यात आले. ''या आहेत मिस रतन! आता आपणास या अश्वारोहणाचे अनेक प्रकार करून दाखवतील!''

पांढराशुभ्र लांब बाह्यांचा शर्ट आणि पांढरी ब्रिचेस घातलेल्या रतनने आपले सुळसुळीत केस पाठीवर सोडले होते. जीन नसलेल्या घोड्याच्या पाठीवर ती तोल सांभाळून उभी राहिली. घोड्याच्या पाठीवरून दुसऱ्या घोड्याच्या पाठीवर अगदी सहज उडी मारून घोडे बदलू लागली. घोड्यांची आयाळ आणि तिच्या केसांची हालचाल या कशा एका लयीत होत होत्या. रायडिंगची सवय असलेल्या सज्जनला मिस रतन करीत असलेल्या अश्वरोहरणातल्या कसरती पाहून खरोखरच कौतुक वाटलं. तो एकाग्र होऊन कसरती पाहू लागला.

त्यानंतर लहान लहान मुलांनी टेबलावर उभे राहून शारीरिक कसरती

करून दाखवल्या. उलटसुलट होताना त्यांच्या अंगात हाडं आहेत की त्यांचे अवयव रबराचे बनलेले आहेत, असा संभ्रम पडत होता.

त्यानंतर वाघांचा प्रयोग सुरू झाला. याही प्रयोगात काळा कोट आणि पट चढवून मिस रतन रिंगमास्टर बनून आली. यावेळी तिने आपले केस बांधले होते. हातातला चाबूक काडकन् वाजवताच दोन बिबळे निमूटपणे स्टुलावर चढून बसले. ते मोठमोठ्याने गुरगुरत होते पण तरीही मिस रतनची आज्ञा मोडायची त्यांची हिम्मत होत नव्हती. पेटवलेल्या रिंगणामधून चित्त्यांना उडी मारायला लावणारा मिस रतनचा तो खेळ प्रेक्षकांना खूपच आवडला.

त्यानंतर काही तरुण नखशिखांत पांढरे कपडे घालून बॅन्डच्या तालावर उड्या मारत त्यांनी सिंगलबार आणि डबलबारचे अत्यंत आकर्षक असे प्रयोग करून दाखवले.

माईकवर अनाऊन्समेंट झाली, 'रसिक प्रेक्षकांची आम्ही माफी मागतो आहोत. कारण आमच्या सर्कशीतल्या बंगाली ढाण्या वाघाचे प्रयोग काही आज आम्ही दाखवू शकत नाही. कारण त्याची प्रकृती नादुरुस्त आहे! शेवटचा कार्यक्रम म्हणून आपणाला ट्रपीझचा उत्कृष्ट प्रयोग दाखवला जाईल.'

उंचावर दोन झोपाळे होते. त्यावर प्रथम एक तरुण चढला. त्यानंतर माईकवर अनाउन्समेंट झाली, 'आता सर्कस क्वीन मिस रतन यांचे झोपाळ्यावरील कौशल्य पहा!'

रेशमी पडद्यामधून रतन उड्या मारत धावत बाहेर आली. यावेळी तिने पोहताना घालतात तसले कपडे घातले होते. तिच्या गोऱ्या मांड्या नित्याच्या व्यायामाने घोटीव अन् प्रमाणबद्ध दिसत होत्या. वाघ-सिंहांना खेळवण्याचा सराव असल्यामुळे तिच्या नजरेत एक जरब होती. प्रत्येक वेळी खेळ सुरू होण्यापूर्वी ती सज्जन बसला होता त्या खुर्चीपुढे येऊन अभिवादन करायची आणि मगच खेळायला सुरुवात व्हायची.

रतनचे पहिले दोन तीन खेळ झाले, तेव्हा तिने निरनिराळे ड्रेस घातले होते. पण आत्ता झोपाळ्यावरचा खेळ करण्यासाठी जेव्हा ती आली तेव्हा तिने फक्त लज्जारक्षणाइतकेच काय ते कपडे घातले होते. तिचं ते

अनावृत्त उभारलेलं शरीर पाहून सज्जनला काहीतरी विचित्र वाटू लागलं. त्यानं आजपर्यंत खूप तरुण पोरी अगदी जवळून बघितल्या होत्या. पण ही सर्कस क्वीन रतन स्त्रीत्वाचा एक आगळाच नमुना होता. सज्जन झोपाळ्यावरचं तिचं काम पाहताना अगदी एकाग्र झाला होता. या झोपाळ्यावरून त्या झोपाळ्यावर ती अगदी सहज लीलया उडी मारून जायची! त्यावेळी बॅन्ड वादकातल्या ताफ्यात ठणकून थाळी वाजवली जायची!

शेवटी रतनने ट्रपीझ केली. या झोपाळ्यावरून त्या झोपाळ्यावर जाण्यापूर्वी तिने हवेत तीन उलट्या उड्या घेतल्या. प्रेक्षकांनी बेहद्द खूष होऊन टाळ्यांचा गजर केला.

शेवटी रतनने शिडीवरून खाली न उतरता झोपाळ्यावरून खालच्या जाळीवर उडी मारली व त्या जाळीच्या उडीसरशी ती उठून उभी राहिली आणि नंतर जाळीच्या टोकाला धरून खाली उतरली. मागे बँड वाजतच होता.

सज्जनसमोर पुन्हा येऊन तिने अभिवादन केले, तेव्हा सज्जनला वाटले की, समोरच्या कुंपणावरून उडी मारून जावे आणि रतनला घट्ट मिठी मारावी अन् तिचे चुंबन घ्यावे. पण जमलेल्या शेकडो माणसांसमोर हे धाडस त्याच्याहातून होणं शक्यच नव्हतं.

सर्कस पाहून तो वाड्याकडे परतला तेव्हा त्याच्या मनात रतनशिवाय दुसरा विषयच नव्हता. काही झालं तरी आपण तिच्याशी चार शब्द बोलायचेच आणि तिला आपल्या वाड्यात चहाला निमंत्रण द्यायचे, असे त्याने ठरविले.

त्याने अंथरुणावर अंग टाकले पण त्याला झोप काही केल्या येईना. एकसारखा तो या कुशीवरून त्या कुशीवर होत होता. अनावृत्त शरीराची ती रतन एकसारखी त्यांच्या मन:चक्षूंसमोर उभी रहात होती. बऱ्याच उशिरा त्याला झोप लागली.

नित्याच्या सवयीनुसार त्याला सहा वाजता जाग आली. रोज सकाळी रायडिंगला जायची सवय असलेला त्याचा आवडता घोडा नीलवर्ण खाली तबेल्यात खिंकाळत होता.

सज्जन उठला. त्याने निघायची तयारी केली. उशिरा झोप लागल्यामुळे

डोके थोडे जड झाल्यासारखे वाटत होते. पण आज काही झालं तरी रतनला भेटून तिला चहाचे निमंत्रण द्यायचे अन् जमल्यास आपल्या नदीकाठचा बंगला दाखवायला न्यायचे, असे त्याने मनात योजून ठेवले. जहागीरदारांनी आपल्याकडे येणाऱ्या पाहुणे-मंडळींसाठी नदीकाठी शेतात एक टुमदार बंगला बांधला होता. बंगल्यालगत प्रचंड विहीर होती. उन्हाळ्यात नदी आटली की विहिरीचं पाणी पिकांना वापरलं जात होतं. या बंगल्याचं एक वैशिष्ट्य होतं. कोणीही नवख्या माणसानं तो बंगला बघितला की त्याला निदान एक तरी मुक्काम तिथे करावा असे वाटे.

सज्जननं ठरवलं की रतन आपल्याकडं वाड्यात चहाला आली की आपण तिला मळ्यातलं गेस्टहाऊस पहायला घेऊन जाऊ!

रोज पाच मैल तो घोड्यावरून जायचा आणि तेथून परत यायचा. एरव्ही त्याच्या डोक्यात शेतीची कोणकोणती कामं दिवसभरात करायची हा विचार असे, पण आज त्याला रतनशिवाय दुसरं काहीच सुचत नव्हतं.

रायडिंगवरून परत येताना तो सरळ सर्कस उतरलेल्या ठिकाणी गेला. तिथं जाताच त्याला पहारेकऱ्यानं अडवलं.

"अंदर जाना मना है!" टोकदार मिशांचा भैया म्हणाला,

"अरे पण मला रतनबाईंना भेटायचं आहे!"

घोड्यावरून खाली उतरत सज्जन म्हणाला.

"रतनबाई?" तो हसला आणि म्हणाला, "साहेब तुम्ही अगोदर आमच्या मॅनेजरना भेटा. ते पहा ते ऑफिसकडे येत आहेत."

बाजूच्या एका तंबूत मॅनेजरचं ऑफिस होतं. एक टेबल आणि समोरासमोर दोन खुर्च्या! बाजूला एक कपाट होतं. बस्स! झालं ऑफिस. चार-आठ दिवसांनी तंबू गुंडाळून दुसऱ्या गावी जायचं, मग ऑफिस असंच असणार.

मॅनेजर वयाने पंचेचाळीस-सेहेचाळीस वर्षांचे होते. रंगाने काळे, जाड ओठ आणि राठ कुरळे केस. त्यांचं जन्मगाव आफ्रिकेत आहे असं कोणी सांगितलं तरी कुणाला खोटं वाटलं नसतं. सर्कसच्या गेटाजवळ कोणीतरी तरुण घोड्यावरून आल्याचं पाहून त्यांनीही ऑफिसमोर उभं राहून

विचारलं.

"कोण आहे रे ते?"

"साहेब, ते आपल्याला भेटू इच्छितात!"

"मला? बरं पाठव."

सज्जननं आपल्या घोड्याचा लगाम कंपाऊंडच्या लाकडी रेलिंगला बांधला आणि तो मॅनेजराच्यांसमोर त्यांना नमस्कार करून म्हणाला.

"मी इथल्या जहागीरदारांचा मुलगा. सज्जन माझं नाव!"

"बरं, मग काय काम आहे?"

"काम असं काही खास नाही. पण रतनबाईंना मला चहाला घरी बोलवायची इच्छा आहे. मला त्यांचं काम फार आवडलं!"

सज्जन एकदम बोलून गेला.

मॅनेजरनी चिरूट पेटवला आणि ते शांत चित्ताने धूम्रपान करीत म्हणाले,

"कोण म्हणालात तुम्ही?"

"सज्जन जाधव, इथले जहागीरदार आहोत आम्ही."

"बरं, रतनचं काय म्हणालात?"

सज्जननं ओळखलं की मॅनेजरला थोडं ऐकायला कमी येतं! म्हणून तो किंचित मोठ्यानं म्हणाला, "मला त्यांचं काम फार आवडलं. त्यांना माझ्या घरी चहाला बोलवायला आलो आहे!"

यावेळी मात्र मॅनेजरना सज्जनचा तिथे येण्याचा हेतू स्पष्ट समजला. ते म्हणाले,

"रतन चहा पीत नाही!"

"मग दूध घेतील!" सज्जन भाबडेपणाने बोलून गेला.

"ती बाहेरचं काहीच खात नसते आणि ती कुठेही जात नसते!"

सज्जन त्या उद्गारांनी काहीसा नाराज झाला, क्षणभर विचार करून म्हणाला, "मला भेटता तरी येईल?"

"बाळ, तुमचं नाव काय म्हणालाय?" पुन्हा मॅनेजरनं विचारलं.

"सजन!" तो ओरडला.

"तुम्ही नावाप्रमाणेच मला सज्जन दिसता. पण आता जा तुम्ही . रतनचं काम पाहिलेली बरीच तरुण पोरं अशी उल्लू बनतात आणि तिला भेटायला म्हणून येतात. पण ती कोणाला भेटत नसते!''

"मी उल्लू नाही! मी. बी. एजी. आहे!''

"म्हणजे?''

" बॅचलर ऑफ ॲग्रिकल्चर! शिवाय मी इथल्या जहागीरदारांचा मुलगा आहे! माझ्याविषयी आपला काहीतरी गैरसमज झालेला दिसतो आहे!''

"आजपर्यंत मी एक हजार गावचं पाणी प्यालो आहे. रतनला भेटायला येणारा माणूस काय हेतू मनात बाळगून येतो, हे मी पक्कं जाणतो. तुम्ही जा बाळ!''

कपाटातून कागदपत्रांची फाईल काढून ती तो वाचू लागला.

आता मात्र सज्जन थोडा चिडला आणि म्हणाला, "त्या बाईंना काही व्यक्तिस्वातंत्र्य तरी आहे की नाही?''

मॅनेजर सज्जनकडे पाहून विचित्र हसला आणि म्हणाला, "काम करणाऱ्या पोरींना व्यक्तिस्वातंत्र्य दिलं की आम्हाला हा तंबू कायमचा गुंडाळून ठेवावा लागेल, मिस्टर सज्जन!''

"बरं निदान मला त्यांची स्वाक्षरी तरी घेता येईल का?''

"स्वाक्षरी बिक्षरी काही नाही, तुम्ही जा आता!''

इतक्यात सर्कशीतला तो प्रकृती बरी नसलेला ढाण्या वाघ जोरजोराने गर्जना करू लागला. त्यासरशी मॅनेजर उठले, आणि त्या वाघाच्या सापळ्याकडे गेले. निराश झालेला सज्जन गेटकडे आला, आणि वॉचमनला म्हणाला, "रतनबाई रहातात तरी कुठं?''

"तो बघ तो शेवटचा तंबू''

"आता काय करतात त्या?''

हातातल्या घड्याळाकडे पहात वॉचमन म्हणाला, "नऊ वाजलेत ना? अजून एक तासानं त्या उठतील!''

"रोज याचवेळी उठतात?''

"हां ऽऽ ! रात्री बारा वाजेपर्यंत काम केल्यावर उठायला इतका

उशीर होणारच की?''

"कोणकोण असतं त्यांच्या तंबूत?''

"त्या एकट्या!''

"सोबतीला कोणी कोणी नसतं?''

त्यावर वॉचमन मिस्कील हसत म्हणाला, "वाघसिंहांना इशाऱ्यावर नाचवणाऱ्या बाईला सोबत हवी असते?''

"तेही खरंच आहे!''

"मग काय म्हणाले मॅनेजर?''

"तुझ्या मॅनेजरइतका दुष्ट माणूस जगात दुसरा कोणीही नसेल!''

असं म्हणून सज्जनने आपल्या घोड्याच्या बांधलेल्या रेन्स सोडल्या आणि तो पुन्हा आपल्या घोड्यावर स्वार झाला. वॉचमन त्या उद्‌गारानं चिडण्याऐवजी हसला. कारण जाताना सज्जननं त्याच्या हातावर पाचाची नोट ठेवली होती.

वाड्याच्या दाराशी मानाजीराव काही शेतकऱ्यांशी बोलत उभे होते. ते सज्जनला जवळ आल्यावर म्हणाले, "अंऽऽ आज वेळ केला छोटे सरकार? मला वाटलं कोणी सर्कस-सुन्दरी भेटली वाटतं?''

गावकऱ्यांना मानाजीरावांचा चेष्टेखोर स्वभाव ठाऊक होता. ते सर्वजण हसले. पण सज्जन मात्र त्या प्रसंगानं थोडासा चिडला. रतनशी दोन शब्द बोलायलादेखील मिळाले नसल्यामुळे अगोदर तो मनातून नाराज होता. त्यामुळे त्याला मानाजीरावांचा तो विनोद सहन झाला नाही.

"बरं मालक, सल्फेट टाकलंय ना उसाला?'' त्यांनी त्रस्त झालेल्या सज्जनला विचारलं.

"होय!''

"मग आता भरपूर पाणी पाजायला हवं, नाहीतर गेल्या वर्षी झालं तसं व्हायला नको! ती गडा-माणसं नुसती तोंड देखलेपणा करणारी आहेत. त्यांच्या मुंडक्यावर उभं राहून करून घ्यायला हवं. काय?''

"हो!''

"जरूर तर चार दिवस मळ्यातल्या बंगल्यात रहा. सकाळ-संध्याकाळ

तिकडे डबा पाठवून देत जाईन!''

"जी ऽऽ!"

सज्जननं कपडे बदलले, ब्रेकफास्ट घेतला. पण कशाकशात त्याचं लक्ष लागत नव्हतं. त्याला रतनशी निदान चार शब्द तरी बोलायला मिळायला हवे होते.

त्या रात्री पुन्हा तो सर्कस पहायला गेला. दुसऱ्या दिवशीही पहिल्या रांगेला तोच तरुण बसलेला पाहून रतनला थोडंस आश्चर्य वाटलं. ती फक्त त्याच्याकडे पाहून गालातल्या गालात हसली, पण तेवढ्यामुळे सज्जनला किती बरं वाटलं!

सर्कसचा मुक्काम वडगावात बारा दिवस होता. सज्जन लागोपाठ सहा दिवस त्याच जागेवर बसून सर्कस पहात होता. अन् रोज रतन त्याच्याकडं पाहून गालातल्या गालात हसत होती.

सातव्या दिवशी मात्र सज्जननं एक धाडसी प्रयत्न करायचं ठरवलं. सर्कस चालू असतानाच तो उठला. रतनचा शेवटचा ट्रपीझ खेळ पहायला तो थांबला नाही. शेवटचा ट्रपीझचा प्रयोग संपल्यानंतर प्रेक्षकांना अभिवादन करायला आलेल्या रतनला बाकीचे सारे प्रयोग पहात थांबलेला नित्यनियमाने येणारा हा तरुण अचानक कुठे निघून गेला, याचं थोडं आश्चर्य वाटलं.

सर्कशीतल्या लोकांनी सर्वांनी मिळून रात्रीचं जेवण केलं.

त्यानंतर रतन गाणं गुणगुणत आपल्या तंबूत आली. तंबूची झडप बंद करून तिनं कपडे उतरवले, त्याक्षणी तिला शंका आली. आपल्या पलंगाखाली कोणीतरी आहे. झट्दिशी तिनं पलंग उचलला. तर खाली हा रोज पहिल्या खुर्चीवर येऊन बसणारा प्रेक्षक! सज्जन!

"इथे काय करता आहात!"

"रतन!'' खालून बाहेर येत सज्जन म्हणाला, "गेले सहा दिवस मी रोज तुमचा खेळ पहातो आहे!"

"ते ठाऊक आहे?"

"माझी एक विनंती आहे.''

"कसली?'' कमरेवर हात ठेवून रतनने विचारलं.

"माझ्या घरी चहाला यावं अशी!"

सज्जनला वाटलं ती रागावेल आणि गेट आऊट म्हणेल किंवा मॅनेजरना बोलावणं धाडेल!

पण तिनं यापैकी काहीच केलं नाही. ती सज्जनला म्हणाली.

"काय उद्योग करता तुम्ही?"

"शेती. आमची इथं नदीकाठी चाळीस एकर शेती आहे. गावात वाडा आहे. आपण एकदा चहाला यावं म्हणून मी मॅनेजरला परवानगी विचारायला गेलो होतो. पण त्यांनी मला तुमची भेटसुद्धा घेऊ दिली नाही . म्हणून मला हे धाडस करावं लागलं."

"नाव काय तुमचं?"

"सज्जन!"

रतन हसली आणि म्हणाली, "मिस्टर सज्जन, तुम्ही इथं आलेला आहात ते कृष्णमूर्तींना समजलं तर ते काय करतील कल्पना आहे का?"

"हो, बोंबाबोंब करतील! पण मी खूप विचारांती हा निर्णय घेतलेला आहे! तुम्ही मला इथं पाह्यल्यानंतर आरडाओरडा करणार नाही याची खात्री झाल्यानंतरच इथं आलो!"

"ठीक आहे! मी उद्या अकरा वाजता तुमच्या वाड्याकडे येईन. तुम्ही माणूस पाठवा!"

"माणूस पाठवू? ठीक आहे पाठवतो! पण नक्की याल ना? ब्रेकफास्ट आमच्याकडेच घ्यायचा!"

"प्रॉमिस!" असं म्हणून रतननं हात पुढं केला. सज्जननं तिच्या हातात हात दिला. रतन दिसायला गोंडस होती पण झोपाळ्यावर काम करून तिच्या हाताला घट्टे पडले होते. तिचा हात काहीसा राकट वाटला.

"आता जाणार कसे?" रतननं विचारलं.

"या मागच्या कंपाऊंडवरून उडी मारून!"

"बी केअरफुल दॅट ब्लॅक बास्टर्ड वुईल परहॅप्स डिटेक्ट यू!"

"ब्लॅक बास्टर्ड? कोण?" सज्जनने तंबूच्या मागच्या बाजूने बाहेर पडता पडता विचारलं.

"कृष्णमूर्ती. द मॅनेजर!''

सज्जनला त्या रात्री बाहेरून येताना मानाजीरावांनी दारातच अडवलं.

"सज्जन, काय भानगड आहे? तू कसल्यातरी लफड्यात गुंतला आहेस अशी लक्षणं दिसताहेत मला!''

सज्जन हसत हसत म्हणाला, "लफडंबिफडं काही नाही आबा. गावात ती एव्हरेस्ट सर्कस आलीय ना. त्यात काम करणारी रतन उद्या आपल्याकडे चहाला येणार आहे!''

"हांऽऽ म्हणजे मी परवा म्हणालो, कुठल्या सर्कस-सुंदरीच्या मागे लागलास की काय, ते खरं ठरलं तरं!''

"पण तसं नाही नाही हं आबा, मी प्रतिज्ञा केली होती, एकदा तरी तिला घरी बोलवणारच!''

"अस्सं? पण येते म्हणाली का? रोज निराळ्या गावचं पाणी प्यायची सवय असते त्या भामट्या पोरींना!''

"आपल्याला तिच्याशी काय कर्तव्य?''

"पण काय रे, ती सर्कस तिच्या एकटीच्या जिवावर चालते म्हणे?''

"अगदी खरंय ते आवा! तुम्ही ही सर्कस पहायलाच हवी!''

"जाऊ उद्या परवा, आणखीन चार दिवस आहे ना मुक्काम?''

"हो!''

"बाकी बापाचे गुण मुलात उतरतात असे म्हणतात ते खरं आहे बघ? मी तुझ्या वयाचा असताना एक नाटक कंपनी आली होती वडगावला. त्यातली एक बाई काय गात होती म्हणतोस? मी तर अक्षरश: पागल झालो होतो!''

"मग काय झालं पुढे?''

मानाजीराव मोठ्यान हसले आणि म्हणाले,

"पुढं काय झालं ते बापानं मुलाला सांगण्यासारखे नाही!''

दुसऱ्या दिवशी दहाच्या सुमारास रतननं सांगितल्याप्रमाणे सज्जनने आपला हुषार विश्वासू गडी अमृता याला पाठवला. सर्कशीच्या मुक्कामापासून जवळ असलेल्या गुलमोहराच्या झाडाखाली अमृता जाऊन थांबला. बरोबर

दहा वाजता रतन मॅनेजरच्या ऑफिसकडे आली आणि म्हणाली, "मिस्टर कृष्णमूर्ती,मी जरा बाहेर जाऊन येते!"

"कुठं?" काळ्या कपाळावर आठ्याचं जाळं पसरलं.

"या गावच्या पश्चिमेला दोन जुनी मंदिरं आहेत. ती पाहून येते!"

"पण तुला वाट कोण दाखवणार?"

"मी घेते ना कोणाला तरी!"

लाल रंगाची 'टू सीटर' गाडी रतनच्या मालकीची होती. ती कोणत्याही गावी मुक्कामाला जाताना त्या गाडीतूनच जायची! तिला जुनी मंदिरं पहायला आणि त्यांचे फोटो घ्यायचा छंद होता. कृष्णमूर्तीला तिनं बाहेर पडल्याचं आवडत नसे, पण कधी कधी त्याचा नाइलाज होत असे. 'आज माझी प्रकृती बरी नाही. मी काम करणार नाही' असं म्हणाली तर सर्कस बंद पडायची भीती होती. त्यामुळे तिच्या मंदिर पहाण्याच्या छंदावर कृष्णमर्ती काही बंधनं आणू शकत नव्हता.

"सोबत एखादी मुलगी तरी घे!"

गेटमधून गाडी बाहेर काढताना कृष्णमूर्ती तिला म्हणाला, तेव्हा ती त्यांच्याकडे चमत्कारिक नजरेनं पहात म्हणाली, "ही गाडी आहे 'टू सीटर.' सोबत मुलीला घेऊन वाटाड्याला कुठ बसवू? माझ्या डोक्यावर?"

कृष्णमूर्ती हात हवेत उडवून म्हणाला,

"तुझ्याशी वाद घालण्यात काही अर्थ नाही. गाडी जरी व्यवस्थित चालव!"

"रोज जिवावरचं काम करते तेव्हा कुठं तुला माझ्या सुरक्षिततेची चिंता वाटत नाही! आज सोमवार आहे. सर्कशीला सुट्टी आहे. वेळ झाला तरी चिंता करू नको!"

गाडी रेज करून गेटमधून बाहेर काढताना रतन म्हणाली. तिची नजर सज्जनने पाठवल्या माणसाला शोधत होती. अमृतानं हात करताच तिनं गाडी थांबवली. तो तिच्या बाजूला बसला.

"काय रे, तुझं नाव काय?"

"अमृता! लहानपणापास्न मी झॉगिरदारांच्यात हाय!"

"अस्सं? घरात कोण कोण असतं?"

"थोरलं सरकार,आईसाब आणि धाकल सरकार!"

"धाकलं सरकार म्हणजे सज्जन का?"

"व्हय! व्हय! तुम्ही बरोबर वळीकलं!"

"मी आलेलं त्यांच्या आई-वडिलांना आवडेल ना?"

"हारकून पानी हुतील! अवो ऽऽऽऽऽ.....!" अमृताला काय बोलावं हेच सुचेना. तो वाड्याकडं जायचा रस्ता बोटानं दाखवत राहिला.

वाड्यासमोर सज्जन उभा होता. गाडी दिसताच तो पुढ झाला. त्याने रतनला नमस्कार केला.

"आले की नाही सांगितल्याप्रमाणे?"

गॉगल आणि डोक्यावरचा रेशमी रुमाल काढून घेत ती म्हणाली. दरवाजाच्या दगडी चौकटीवर जाळीवर नक्षी कोरलेली होती. बारकाईने ती न्याहाळत रतन म्हणाली, "काय सुरेख कोरीव काम आहे !"

"हे काहीच नाही, आमच्या मागच्या परड्यात छोटंसं राम मंदिर आहे. त्या मूर्ती पहा म्हणजे समजेल!"

चौकातून आत येताना पेंढा भरून ठेवलेल्या गवू रेड्याकडं तिचं लक्ष गेलं. क्षणभर ती दचकली आणि म्हणाली, "माय गॉड,काय भयंकर म्हैस आहे ही! आणि इथं का उभी ही?"

"ती म्हैस नव्हे, गवू रेडा आहे. आणि तोही जिवंत नाही. आमच्या आईसाहेबांनी केलेली शिकार आहे ती. टॅक्सीडर्मी करून घेतलाय तो!"

"खर सांगतोस सज्जन? माय गॉड!"

रतन नंतर जवळ गेली. तिनं गवू रेड्याच्या चकचकणाऱ्या डोळ्याला बोट लावून पाह्यलं. त्याची हातभार लांब अशी वाकलेली शिंगं पाहून ती म्हणाली, "वाघाला खेळवणारी मी पण हा प्राणी पाहून दचकले हं!"

व्हरांड्यात मानाजीराव आणि पार्वतीबाई येऊन उभे होते. सज्जनने त्यांची ओळख करून दिली तेव्हा रतन म्हणाली,

"आज मी इथे आले नसते तर घोडचूक केली असती! काय विलक्षण माणसं आहात तुम्ही! आईसाहेब, तुम्ही मारलात हा गवू रेडा?"

"होऽऽऽ" हसत हसत पार्वतीबाई म्हणाल्या.

"आपला शिकारखाना दाखवा ना त्यांना!" मानाजीराव सज्जनला म्हणाले.

"आबा, या वाघसिंहाचे खेळ करतात, यांना पेंढा भरलेल्या वाघसिंहाचं काय कौतुक!"

"तसं नाही हं! ती सर्कशीतली पाळीव जनावरं आहेत. उद्या तू जंगलातल्या वाघाला आज्ञा कर म्हणशील!"

रतन इतकी बोलघेवडी असेल, याची सज्जनला कल्पनाच नव्हती. पहिल्याच भेटीत तिने सज्जनशी अरेजारे सुरू केलं होतं.

पार्वतीबाईंनी आपलं पाककौशल्य पणाला लावून पोहे-शिरा असे पदार्थ बनवले होते. ते खाता खाता रतन म्हणाली,

"तुमचा सज्जन मला फार आवडला! तोही धाडसी आहे आईबापासारखा!"

"काय धाडस केलं त्यानं?" मानाजीरावानी विचारलं.

"त्यालाच विचारा की ते?"

सज्जन मान खाली घालून बसला होता. मानाजीरावांनी नेहमीप्रमाणे आपली वंशावळ रतनला सांगितली. ती लक्ष देऊन ऐकत होती. ब्रेकफास्ट झाल्यानंतर सज्जनने तिला आपला घोडा नीलवर्ण दाखवला.

"काय उमदं जनावर आहे रे ? तुला खरं सांगू सज्जन, सर्कशीतल्या जनावरावर काय किंवा माणसावर काय, तेज असं नसतंच! बरं ते राममंदिर कुठंय दाखव पाहू?"

"ते काय, तिकडे थट्टीच्या पलीकडे!"

"थट्टी म्हणजे काय रे?"

"गाई-म्हशी बांधायची जागा!"

"अच्छा! पण काय रे सज्जन, अजून तुझं लग्न कसं नाही झालं?"

"परवा तर माझं शिक्षण संपलं! तसा मी फार मोठा नाही!"

"वय विचारलं तर राग नाही ना येणार तुला?" हसत हसत रतन म्हणाली.

"मुळीच नाही! परवाच्या दिवशीच चोवीस संपून पंचविसावं लागतंय मला!"

"अच्छा! म्हणजे तुझ्या बर्थडे पार्टीला मला हजर राहता येईल तर?"

"पण तुम्ही पुन्हा याल?"

"नक्की! अरे पण तू हे अहोजाहो अगोदर बंद कर, मी तुझ्यापेक्षा दोन वर्षांनी लहान आहे. समजलं?"

राममंदिरातली अखंड पाषाण कोरलेली धनुर्धारी रामाची मूर्ती पाहून रतन थक्क झाली.

"किती जुनी आहे रे ही मूर्ती?"

"कुणास ठाऊक? आबा म्हणतात त्यांच्या आजोबांनी हे मंदिर बांधलं आहे!"

"मी याचा फोटो घेऊ? ए, प्लीज, माझा कॅमेरा आणायला सांग तुझ्या त्या अमृताला! गाडीत समोरच्याच कप्प्यात आहे म्हणावं!"

रतन शेवटी जायला निघाली तेव्हा मानाजीराव म्हणाले, "मळ्यातला बंगलाही बघून जा ना; फार दूर नाही!"

"अरे हो, तू म्हणाला होता ना अगदी बघण्यासारखी जागा आहे म्हणून?"

"होऽऽ!"

"मग चल! पुन्हा यायला मिळेल की नाही कुणास ठाऊक?"

"म्हणजे? मघा बर्थडे पार्टीला येईल म्हणालीस ती थापच होती तर?"

रतन हसली. अगदी मनापासून हसली.

मानाजीराव आणि पार्वतीबाई यांना वाकून नमस्कार करून तिने त्या दोघांचा निरोप घेतला.

सज्जनबरोबर ती मळ्यात आली. बाजूने वेनगंगा वहात होती. शेतात कमरेइतकं उंच वाढलेलं उसाचं पीक होतं. शेताच्या मध्यभागी किंचित उंचवट्यावर छोटासा बंगला होता. त्या शेजारी तुडुंब भरलेली विहीर होती.

तो बंगला आणि विहीर पाहताच रतन म्हणाली,

"काय मस्त आहे रे विहीर! मी कपडे आणले नाहीत. नाहीतर मनसोक्त पोहले असते!"

"खरंच असं वाटतं.........!"

"कसं वाटतं?"

"जाऊदे. सोड तो विषय!"

रतनला कल्पना नसताना सज्जनने तिला बाहुपाशात घेतलं अन् तिचं चुंबन घेतलं. रतनने थोडासुद्धा प्रतिकार केला नाही.

"झालं समाधान? चल!"

"रतन, मला तुझ्यासारखी बायको हवी आहे!"

"मी नको. पण माझ्यासारखी हवी, होय ना?"

"तसं नाही, मला तूच हवीस! पहिल्या दिवशी तुला पाहिल्यापासून मी अस्वस्थ झालो आहे!"

"सज्जन, ते शक्य नाही रे!"

"का?"

"तुझं हे इतिहासप्रसिद्ध खानदानी घराणं. सर्कशीत काम करणाऱ्या पोरीला आपली सून करून घ्यायला संमती देतील? यदाकदाचित त्यांनी तुझ्या हट्टास्तव दिलीच तरी आपलं जीवन सुखी होणार नाही!"

"पण का?"

"सांगू?"

"होऽऽ!"

"मला ही सर्कस सोडता येणार नाही!"

"पण का सोडता येणार नाही हे सांग ना?"

"तोही एक इतिहास आहे रे!"

"पण सांगशील की नाही?"

"चल,त्या विहिरीच्या कठ्ठ्यावर बसू!"

ती दोघं विहिरीच्या दगडी कठ्ठ्यावर येऊन बसली. तिथे बसण्यापूर्वी रतनने मूठभर वाळूचे खडे घेतले. त्यातला एक एक विहिरीत टाकत ती

सांगू लागली,

"ही एव्हरेस्ट सर्कस ज्यांच्या मालकीची होती ते जॉनसन नावाचे केरळचे ख्रिश्चन गृहस्थ होते. त्यांची बायको ॲनी अतिशय प्रेमळ होती. पण त्या दांपत्याला मूलबाळ नव्हतं. त्यांनी ही सर्कस पंढरपूरला आली असताना तिथल्या अनाथालयातून एक मुलगी पाळण्यासाठी घेतली. लहानाची मोठी करीत असताना तिला सर्कशीतल्या कवायती शिकवायला सुरुवात केली. पुढे ही सर्कस फिरत फिरत नागपूरला गेली. तिथं एक भंयकर वाईट असं संकट आलं. मध्यरात्री सर्कसचा तंबू पेटला. त्यात जोराचा वारा सुटलेला. त्या आगीनं सर्कशीतली एकून चार जनावरं होरपळून मेली. सर्कशीचं सामानसुमान जळालं. पण जॉनसन हे फार धीराचे गृहस्थ होते. त्यांनी पाच लाखांचं कर्ज घेतलं त्रिवेंद्रमच्या कोरोमाँडल बँकेतून! पुन्हा सामानसुमान खरेदी केलं. जनावरं पैदा केली. नव्या उमेदीनं त्यांनी पुन्हा सर्कस सुरू केली. वर्ष सहा महिने झाले नाहीत तोवरच त्यांना हृदयविकाराचा तीव्र असा झटका आला. त्यावेळी सर्कसचा मुक्काम होता नवी दिल्लीत! हॉस्पिटलमधे त्यांनी मला बोलावले!

"तू कुठे होतीस तेव्हा?"

"अरे वेड्या ती अनाथालयातली मुलगी म्हणजे मीच!"

"अच्छा ऽऽऽऽ! पुढे?"

"त्यांना मी पप्पा म्हणायची! पप्पांनी माझा हात हातात घेऊन म्हटलं, "बेटी रतन, मी घेतलेले कर्ज एक दोन वर्षांत फेडून टाकीन असा मला आत्मविश्वास होता. पण आता तो ढासळला. या स्ट्रोकमधून मी वाचेन असं काही मला वाटलं नाही. पण मी कर्ज डोक्यावर घेऊन मेलो तर माझ्या आत्म्याला मुक्ती मिळणार नाही! ही सर्कस सर्वस्वी तुझ्या मालकीची करणार होतो मी, पण केव्हा? सर्व कर्ज फिटल्यानंतर! पण आता ती शक्यता नाही! ही जनावरं, ही कसरत करणारी माणसं पुन्हा निराधार होतील, चोहोकडे पांगतील! दोनशे लोकांचे हे कुटुंब आता कोण पोसणार?"

पपांच्या गालांवरून घळघळ अश्रू ओघळत होते, तेव्हा मी म्हणाले,

'पप्पा, तुम्ही बिलकूल चिंता करू नका, मी सर्व जबाबदारी माझ्या

शिरावर घेते. मी तुमचं सारं कर्ज फेडून टाकीन! निश्चिंत रहा!

तिसऱ्याच दिवशी त्यांचं प्राणोत्क्रमण झालं. पुढे मम्मी-ॲनी ही फार दिवस जगली नाही! मी या सर्कसची मालकी स्वीकारली अन् तीही पाच लाखांच्या कर्जासहित!

"पण मध्यंतरी असे अनेक प्रसंग आले की एक लाखभरदेखील रुपये मला फेडता आले नाहीत! बँकेने आमच्यावर जप्तीचे हुकूम आणले, पण प्रत्येकवेळी मी थोडी थोडी रक्कम भागवून ती जप्ती रोखून धरलेली आहे.

"दोन लाख आत्तापर्यंत मी फेडलेत. पण होतंय काय, आहे ठाऊक? त्या रकमेचं व्याज इतकं भरमसाट आलं की व्याज मुद्दलाच्या कोंडीतून मी या जन्मी तरी मुक्त होईन की नाही याची मला शंका वाटते आहे!"

"तो कृष्णमूर्ती कोण!"

"हां ऽऽ ते सांगायचंच राहिलं. तो पप्पांचा अगदी विश्वासू मित्र आहे. थोडासा तर्कटी आहे, पण मनानं चांगला आहे. उगाच माझ्यावर बॉसिंग करण्याचा प्रयत्न करतो, पण शेवटी माझ्यापुढे त्याचं काही चालत नाही!"

"मला तर वाटलं की तोच मालक आहे की काय?"

"हे सारं असं आहे बघ सज्जन! मी जर आज तुझ्यासारख्याशी लग्न केलं तर दोनशे माणसांचं कुटुंब कुठं जाईल? बँक जप्ती आणून उंट-घोड्यांचा लिलाव करून टाकील अन् शेवटी माझ्या पप्पांचा आत्माही अशांत राहील! मीही एक माणूस आहे, सज्जन! मलाही मन,भावना होत्या! लग्न करावं, मुलं व्हावीत असं मलाही वाटत होतं, पण काय करू? मी या दुष्टचक्रातून कधीही बाहेर पडणार नाही."

सज्जन तिचं बोलणं लक्ष देऊन ऐकत होता. तो म्हणाला,

"पण अशी किती दिवस राहणार?"

"कुणास ठाऊक? पण मला मुलाबाळांचा, लग्नाचा मोह होऊ नये म्हणून मी गेल्या वर्षी अघोरी उपाय अवलंबला आहे!"

"कोणता?"

"मी गर्भप्रतिबंधक शस्त्रक्रिया करून घेतलीय!"

"रतन.....!"

"होय सज्जन! आता आयुष्यात मला पुन्हा तो मोह होणार नाही!"

"रतन तरीही मला तू हवीस!"

त्यावर रतन उठली आणि म्हणाली, "आज सोमवार आहे. आज सर्कस बंद असते. आजचा दिवस मी इथं तुझ्या सहवासात घालवते फार तर! अमृताकडून कृष्णमूर्तीला निरोप पाठवू, मी सकाळी येते म्हणून ...पण...!"

"पण काय?"

"पण तू तुझ्या डोक्यातून ते लग्नाचं वेड काढून टाक!"

"रतन....!"

सज्जनला काय बोलावं हे समजेना. तो तिच्याकडे टक लावून पहात राहिला. तिनं सज्जनला न दिसतील अशा बेतानं आपले अश्रू पुसले.

रतनने कृष्णमूर्तीला चिठ्ठी पाठविली,

"आज सुट्टी आहे. माझ्या ओळखीच्या मैत्रिणीची अचानक भेट झाल्यानं आज मी तिच्याकडे राहते आहे. उद्या सकाळी परत येईन.! बंगाली ढाण्याला वेळेवर औषध देण्याची व्यवस्था करा."

रात्री अमृता टिफिन भरून जेवण घेऊन आला. त्या रात्री रतन सज्जनसोबत मळ्यातल्या बंगल्यात राहिली, सकाळी सहा वाजता ती निघून गेली. जाताना तिने टेबलावर चिठ्ठी ठेवली होती. 'मी जाते. पण कृपा करून यापुढे मला भेटू नको! सर्कस पहायलासुद्धा येऊ नको. तू सर्कस पहायला आलास तर माझं चित्त ढळेल. कदाचित् मी बेसावध आहे असं पाहून चित्ता माझ्यावर झेप घेईल किंवा झोपाळ्यावरून नेमकी जाळीवर न पडता बाजूलाही पडेन. प्रत्येकवेळी चित्त एकाग्र करावं लागतं. तू समोर दिसलास की ते नक्कीच ढळणार! मी जगावी असं वाटत असेल तर प्लीज मला यापुढं दिसू नको, भेटूही नको. तरुणांना ऐन तारुण्यात स्वप्नं पडतात. अनोळखी सुंदर पोरी स्वप्नात येतात. त्या स्वप्नाची समाप्ती कशात होते ते अनुभवलंच असशील! तशीच तुझ्या स्वप्नात मी येऊन गेले असं समज!'

-रतन

डोळे चोळत ते पत्र घेऊन सज्जन बाहेर आला. त्याचवेळी समोरून

शेताकडं येणारे मानाजीराव त्याला दिसले. त्याने ते पत्र नाईट सूटच्या खिशात कोंबलं. मानाजीराव जवळ येऊन म्हणाले,

"केव्हा गेली?"

"सकाळी!"

"बरं झालं अशा बोरड्यांचना फार काळ अंगाशी लावून घ्यायचंच नसतं! तेवढ्यापुरती गंमत केली की विसरून जायचं असतं.

सज्जन चमत्कारिक नजरेने मानाजीरावांच्याकडे पहात म्हणाला,

"ती त्या जातीतली नव्हती!"

"त्या जातीतली नव्हती?" मानाजीराव मोठ्याने हसत म्हणाले.

"अरे या गोष्टी करण्यात जन्म गेला आमचा! आत्ता आम्ही देव ध्यानाला लागलो आहोत. पण ऐन जवानीत आम्ही हेच उद्योग केलेत, तू आपल्या बापाला शिकवतोस?"

सज्जन मानाजीरावाची कीव करीत म्हणाला, "तुम्हाला समजायचं नाही. ती त्या जातीतली नव्हती!"

सज्जनचं वाक्य मोठ्याने उच्चारून मानाजीराव पुन्हा हसत राहिले व स्वत:शी म्हणाले, "म्हणे ती त्या जातीतली नव्हती! हं!"

मूर्तिकार

मद्रास मेल सोलापूरच्या स्टेशनवर पोहोचली तेव्हा सकाळचे आठ वाजले होते. सरलाबाई आपली बॅग घेऊन गाडीतून उतरल्या आणि स्टेशनच्या मुख्य प्रवेशद्वारातून बाहेर आल्या. तेव्हा रिक्षा आणि टांगेवाल्यांनी त्यांच्याभोवती गिल्ला करायला सुरुवात केली. त्यात त्या प्रथमच सोलापूरला येत होत्या. त्यांना शहराची बिलकूल माहिती नव्हती. फक्त त्यांना उदय राहतो त्या ठिकाणचा पत्ता ठाऊक होत. त्यांच्याभोवती गलका करणाऱ्या रिक्षा आणि टांगेवाल्यांना उद्देशून त्या म्हणाल्या,

"मला डॉक्टर उदय देसाई यांच्याकडं जायचं आहे!"

"बाईसाहेब, चला, मी ओळखतो डॉक्टर देसायांना. ते सिव्हिल हॉस्पिटलसमोरच्या चाळीमागे रहातात!"

उदय निश्चित कुठे राहतो हे सांगणाऱ्या रिक्षावाल्याबद्दल अर्थातच त्यांना आपुलकी वाटली. त्यांनाही ते अचूक हेरलं आणि सरळ सरलाबाईंची बॅग हातात घेऊन तो आपल्या रिक्षाच्या दिशेनं चालू लागला. सरलाबाई त्याच्यामागोमाग निघाल्या. जाता जाता त्या म्हणाल्या, "उदयला कसं काय ओळखता तुम्ही?"

तो मागं वळून सरलाबाईंच्याकडं पहात हसला आणि म्हणाला, "वारंवार पेशंट घेऊन दवाखान्यात जावं लागतं. तेव्हा आपोआपच कोण डॉक्टर कुठं रहातात हे समजतं.त्यात डॉक्टर देसाई हे फारच लोकप्रिय आहेत, त्यांचं बोलणं, वागणं अगदी पहिल्या भेटीतच माणसाला जिंकणारं असं असतं!"

मुलाच्या स्तुतीने सरलाबाई किंचित सुखावल्या. गेले तीन महिने

त्यानं आपल्याला पत्र पाठवलं नाही म्हणून त्याचा राग आला होता, तो काहीसा निमाला. तारेला त्याने उत्तर पाठवलं तेव्हा. पण तरीही उदयचं कुशल पाहण्यासाठी त्यांनी समक्षच सोलापुरी जायचं ठरवलं होतं.

हॅन्डल ओढून त्यानं रिक्षा सुरू केली. डफरीन चौकातून हरिभाई देवकरण हायस्कूलवरून त्यानं शिवाजीमहाराजांच्या पुतळ्याला वळसा घालून रिक्षा सिव्हिल हॉस्पिटलसमोरच्या एका चाळीसारख्या इमारतीसमोर आणून उभी केली.

"इथंच राहतो उदय?" पर्स खोलून रिक्षाचं भाडं देता देता त्यांनी विचारलं.

"या इमारतीच्या मागे डाव्या हाताला जो बंगला आहे त्यातल्या उजव्या बाजूला डॉक्टर रहातात. चला मीच दाखवतो!"

असं म्हणून रिक्षावाला सरलाबाईंना घर दाखवण्यासाठी पुढं आला.

एप्रिल महिना! सकाळी आठ-साडेआठलाच एवढा उन्हाचा कडाका तर दुपारी काय होत असेल? सरलाबाईंना उदय या सोलापूरच्या रखरखीत हवेत कसा काय एकरूप झाला याचं आश्चर्य वाटू लागलं. एम. बी. बी. एस. झाल्यानंतर एक वर्ष सरकारी हॉस्पिटलमध्ये काम करण्याची सक्ती करण्यात आली होती आणि या नवीन योजनेनुसार उदयला एक वर्ष सोलापूरच्या सिव्हिल हॉस्पिटलमध्ये इंटर्नशिप करावी लागणार होती.

कोल्हापूरसारख्या समाशीतोष्ण हवेच्या ठिकाणी बालपण गेलेला, नंतर शिक्षणासाठी पुण्यात बी. जे. ला दाखल झालेला उदय वैद्यकीय परीक्षा उत्तीर्ण झाल्यानंतर सोलापूरला जाणार म्हटल्यावर सरलाबाईंना फार कठीण वाटलं होतं.

"अरे तिथं तू राहणार कुठं? जेवणार कुठं? तुझ्या पोटाचे हाल होतील!"

"आई, मी काही आफ्रिकेच्या वाळवंटात चाललो नाही ! कोल्हापुरापासून सोलापूर फक्त दीडशे मैल दूर आहे! तिथंही माणसं रहातातच ना?"

"ते खरं रे, पण त्या भागात उन्हाळा फार कडक असतो म्हणे!"

"म्हणून काय झालं? माणसाचं शरीर हे सर्व प्रकारच्या वातावरणाशी

टक्कर देण्यास समर्थ असतं! आपण फार नाजूक आहोत असं मानलं तर खरोखरच माणूस दुबळा होतो. माझी काहीसुद्धा फिकीर करू नकोस! तूर्तास हॉस्पिटलच्या आवारात रहाण्यासाठी क्वार्टर्स आहेत, स्टाफची मेस आहे तिथं जेवणाची व्यवस्था होईल! शिवाय प्रत्येक पंधरा दिवसांनी मी तुला पत्र पाठवून माझं कुशल कळवत जाईन. मग तर झालं ना?''

"बघ बाबा, जागाची प्रकृतीची चिंता वहाता वहाता तुझ्या प्रकृतीवर काही अनिष्ट परिणाम होऊ नये एवढीच इच्छा!''

"डोंट वरी! काहीएक चिंता करू नको, गॉड इज व्हेरी ग्रेट!''

सरलाबाईंची वृत्ती भाविक होती. त्या म्हणाल्या, "तिथं सोलापूरला जातो आहेस तर तुळजापूरलाही जाऊन ये, तुझ्या कामाचा चार्ज घेण्यापूर्वी!''

"ॲग्रीऽऽड! कबूल! एकदम कबूल!''

सोलापूरला आल्यानंतर सरलाबाईंना वचन दिल्याप्रमाणे चार्ज घेण्यापूर्वी उदय तुळजापूरला जाऊन देवीचं दर्शन घेऊन आला होता. त्यानंतर तो प्रत्येक पंधरा दिवसांनी सरलाबाईंना पत्र पाठवून आपलं कुशल कळवत होता; पण गेल्या तीन महिन्यांत त्याचं एकही पत्र न आल्यानं त्या चिंताग्रस्त झाल्या. त्यांच्या चार-पाच पत्रांना उत्तर आलं नाही म्हणताना त्यांना एक तार केली शेवटी! त्या तारेला मात्र त्यानं उत्तर पाठवलं. 'आताशी मला खूप काम असतं. शिवाय आठवड्यातून तीन दिवस ऑपरेशन्स असतात,सिव्हिल सर्जनसाहेबांची माझ्यावर खास मर्जी आहे. त्यामुळे महत्त्वाचे असे पेशंटस् ऑब्झर्व्हेशनसाठी ते माझ्याकडे सोपवतात. तेव्हा वारंवार माझं पत्र येत नाही म्हणून कोणताही गैरसमज करून घेऊ नये!'

पण आईच्या आत्म्याला ईश्वरानं काहीतरी विशिष्ट अशी संवेदना दिलेली असते की, त्यामुळे तिला आपलं मूल सांगतं ते कारण खरं की खोटं, याची शंका येऊ लागते.

सरलाबाईंचीही तीच अवस्था झाली होती. काम कितीही असलं तरी चार ओळींचं उत्तर पाठवायला याला फुरसत होत नाही कशी? मनात नाना शंका येत होत्या. 'त्याच्यासोबत काम करणारी एखादी डॉक्टरीण असली तरी तिच्या प्रेमात तरी पडला नसेल? कदाचित एखादी छकडी नर्स त्याला

भेटली नसेल कशावरून? का कोणी स्त्री पेशंटनं याला मोहात पाडलेलं आहे? काही नाही, आता समक्षच तिकडं जायचं अन् काय चाललंय ते पहायचं! यंदा मे मध्ये याला चतुर्भुज करून टाकायचं!'

रिक्षावाला त्या चाळीमागे आला तेव्हा तिथे पत्र्यांच्या मोकळ्या शेडमध्ये एक मूर्तिकार दगडाची मूर्ती कोरत बसलेला दिसला. त्यानं बनवलेली विठ्ठल-रखुमाईची एक छोटी प्रतिमा कोरलेली बाजूला ठेवलेली होती. आपल्या कामात तो अगदी तल्लीन झाला होता. रिक्षावाल्याच्या पाठोपाठ येणाऱ्या सरलाबाईंनी ती विठ्ठलरखुमाईची मूर्ती पाहिली अन् क्षणभर थबकून मूर्तिकाराला विचारलं,

"तुम्ही बनवलीत?"

त्याने मानेनेच होकार दिला.

"छान जमली आहे, किती घेता अशा मूर्तींना?"

"आकारावर किंमत असते!"

"या विठ्ठलाऐवजी तुळजाभवानीची मूर्ती बनवता येईल?"

"का नाही येणार? पण त्याला बरेच दिवस लागतील!"

"ठीक आहे. मी एक चार दिवसांत सांगते, इथं माझ्या मुलाकडे आले आहे मी!"

"असं? कोण डॉक्टर देसाई?"

"हाऽऽऽ डॉ. उदय! त्याचीच मी आई."

मूर्तिकार स्मित करून म्हणाला, "तेही मूर्तीकार आहेत. सध्या त्यांचंही काम चालू आहे!"

सरलाबाईंना तो मूर्तिकार असं वेड्यासारखं का बरळतो, हे समजलं नाही. कलावंत लहरी असतात हे त्यांना ठाऊक होतं, पण कलावंत वेडे असतात, असं त्यांना त्या मूर्तिकाराच्या बोलण्यावरून वाटू लागलं. उदय शल्यविशारद होता. रोग्यावर शस्त्रक्रिया करून त्यांना व्याधिमुक्त करणे हे त्याला ठाऊक होतं! मूर्ती बनवण्याचा अन् त्याचा सुतराम संबंध नव्हता. चमत्कारिक नजरेनं त्या मूर्तिकाराकडं पहात त्या पुढे झाल्या.

रिक्षावाला म्हणाला, "हां हीच जागा, जाऊ मी?"

"याऽऽऽ!"

सरलाबाईंनी बंगल्याच्या दारावरची पाटी वाचली, 'डॉ. उदय डी. देसाई, एम. बी. बी. एस.' आणि त्यांनी बेल दाबली.

दार उघडलं. आत एक वीस-एकवीस वर्षांची सुस्वरूप मुलगी उभी होती. तिनं सरलाबाईंना नमस्कार करून आत येण्याविषयी विनवलं.

सरलाबाई तिच्याकडे डोळे विस्फारून पहात आत आल्या आणि म्हणाल्या.

"कोण तू?"

"मीऽऽ मी...मी....!" त्या पोरीच्या तोंडून 'मी' शिवाय दुसरा शब्दच उमटेना.

"उदय कुठंय?"

"डॉक्टर हॉस्पिटलला गेल्यात!"

त्या पोरीच्या उच्चारावरून ती खालच्या वर्गातली आहे, हे ओळखायला सरलाबाईंना फारसा वेळ नाही लागला.

सरलाबाईंचं मस्तक तापू लागलं. त्यांनी आत येऊन पाहिलं. एक पांढरी साडी आणि पांढरा ब्लाऊज आड्याणीवर वाळत घातला होता त्याकडं पहात सरलाबाईंनी विचारलं, "ही कोणाची साडी?"

"माजीच की!"

"म्हणजे? तू इथ रहातेस?"

"न्हाई! सकाळीच येते अन् संध्याकाळी जाते!"

"असं आहे तर!" असं म्हणत सरलाबाई स्वयंपाकघरात आल्या. स्वयंपाकघर कसं आरशासारखं लख्ख होतं. दुधाची भांडी तोंड दिसावीत अशी स्वच्छ होती! एका बाजूला शेगडीवर डाळ शिजत होती. बाजूच्या कपाटावर भाज्या, फळं होती. कपाळाला आठ्या घालून सरलाबाईंनी कोपऱ्यातली पाटी आणि अंकलिपी हातात घेऊन म्हटलं "इथं लहान मूल कोणाचं आहे!"

"दुसरं कोन नसतं!"

"मग ही पाटी-अंकलपी कुणासाठी?"

“माजी हाय!”

“तुझी ऽऽऽऽ!”

कपाळावर हात मारून घेत सरलाबाई पुढच्या खोलीत आल्या. पुढच्या खोलीतल्या सोफासेटवर ‘कृष्ण कृष्ण’ करीत त्या विसावल्या. इतक्यात उदय आला. कल्पना नसताना अचानक आलेल्या सरलाबाईंना पाहून तो आश्चर्यचकित झाला. वाकून त्यांचे चरण स्पर्शून तो म्हणाला,

“आई केव्हा आलीस? येण्यापूर्वी कळवायचं तरी होतंस, स्टेशनवर आलो असतो!”

“काही गरज नव्हती! न सांगता आले तेच बरं झालं! कोणत्या महत्त्वाच्या कामात तू गढून गेलेला आहेस हे समक्षच पहायला मिळालं!”

“आईऽऽऽऽऽ !कृपा करून गैरसमज करून घेऊ नकोस, सर्व काही सांगतो!”

“मला काही एक सांगण्याची आवश्यकता नाही. सर्व काही मी समजून चुकले आहे!”

“असं म्हणशील तर माझ्यावर अन्याय होईल आई! तू शांतचित्तानं ऐकून घे, अन् मग सांग तुला काय वाटतं!”

“ठीक आहे! बोल!”

“मी इथं क्वार्टरमध्ये रहायला आलो तेव्हा माझ्या इथं कोणाच्याच ओळखी नव्हत्या. पण हळूहळू त्या होऊ लागल्या. मला क्वार्टरवर रहाणं बरं वाटेना. सारखा लोकांचा उपद्रव व्हायचा. रात्रीतून किमान चारपाच तासांची तरी झोप हवी, ती सुद्धा मिळेना. म्हणून मी हॉस्पिटलपासून फार दूर नाही अन् फार जवळ नाही अशी ही जागा शोधली. इथं रहायला आल्यानंतर मला वाटू लागलं की मेसवरचं जेवण बंद करावं. रोज जेवणाला तोच ठरावीक वास, रोज त्याच भाज्या! तसं जेवण बरं असायचं, पण का कुणास ठाऊक मला हे आवडेना. बरं बाहेर हॉटेलात खाण्याचीही मला आवड नाही. मग इथं घरीच जेवण बनवायचं ठरवलं. जेवणासाठी मी बाई शोधू लागलो.

“एके दिवशी गुडघे दुखतात म्हणून एक मध्यमवयीन गरीब स्त्री

माझ्याकडे हॉस्पिटलमध्ये आली होती. तिला मी औषध लिहून दिलं आणि म्हणालो,

"मला घरी जेवण करण्यासाठी कोणीतरी बाई मिळेल का?"

"माजं पाय दुकायचं थांबलं का मीच ईन की!" ती म्हणाली,

आणि खरोखरच आठव्या दिवशी ती माझ्या बंगल्यावर आली. तिच्या पायाचं दुखणं थांबलं होतं. चार महिने त्या बाईनं माझी मुलासारखी काळजी वाहिली. ती रेल्वे यार्डातल्या एका हमालाची बायको होती; पण दुर्दैवाने पुन्हा तिचे गुडघे दुखू लागले. तिची प्रकृतीच 'रुमॅटिक' होती. मी तिला पहायला गेलो. सदरबझारमधल्या झोपडपट्टीत ती रहात होती. मला पाहून धाय धाय रडली, आणि म्हणाली, "डॉक्टरसाब, तुमची हरकत नसेल तर माजी तुळसा तुम्हाला जेवण करून घालंल अन् परत ईल!"

मी तुळसाकडं पाहिलं अज्ञानी, घरातून बाहेर न पडलेली पण 'हेल्दी' अशी ही तुळसा खाली मान घालून उभी होती.

मी म्हणालो, "येऊ द्या तिला!"

"ही येऊ लागली. पण हिच्या अंगावर फाटकं, न धुतलेलं पातळ असायचं म्हणून मी तिच्यासाठी दोन पांढरी पातळं आणली. सकाळी आल्या आल्या तिनं इथं अंघोळ करायची अन् मी आणलेल्या साड्यांपैकी साडी नेसायची, अन् मगच माझ्या जेवणाला घालायचं अशा सूचना दिल्या.

"स्वयंपाकघर पाहिलंस? कसं स्वच्छ ठेवलं आहे! जेवणसुद्धा अतिशय रुचकर बनवते.

माझं वजन इथं आलो तेव्हा एकशेएकवीस होतं आता एकशे अडतीस झालंय! लोक म्हणतात 'कोणतं टॉनिक घेतोस सांग?' पण आई,खरं सांगू ? या तुळसाच्या हातच्या जेवणानं माझं वजन वाढलं आहे! आता ती इथं आली तेव्हा अगदीच गावंढळ होती; पण मी तिला साक्षर करण्याचं ठरवलं. पाटी, अंकलिपी आणली. दुपारी जेवायला येतो तेव्हा तिला थोडंथोडं शिकवतो. फार चांगलं पिकअप् करते. आता पाढे पूर्ण झालेत. हळूहळू वाचतेही; पण कोणीतरी बाहेरचं माणूस आलं की बावचळते,घाबरते!

“तू काही एक गैरसमज करून घेऊ नकोस आई! ही सकाळी सात वाजता येते आणि माझं रात्रीचं जेवण बनवून संध्याकाळी साडेसातला परत जाते! या कामाबद्दल मी तिला महिना पन्नास रुपये देतो!

“परवा एक दुर्घटना घडली. सोलापूरच्या गुडशेडमध्ये वॅगन्स फोडणाऱ्या चोरावर सुरक्षा पोलिसांनी गोळीबार केला. त्यावेळी दूर फलाटावर उभ्या असलेल्या दामाजीला गोळी लागली. त्याला घायाळ अशा स्थितीत हॉस्पिटलमध्ये दाखल केला होता.”

“आमच्या सिव्हिल सर्जननी प्रयत्नांची शिकस्त केली, पण लंग्ज पंक्चर झाल्यामुळे ब्लडकॅाटस् निर्माण झाले आणि तो गेला.”

हिच्या आईचं दुखणं पुन्हा बळावल आहे. तिचं हार्ट वीक झालं आहे. कोणत्याही क्षणी तिची जीवनज्योत मालवेल! ही तुळसा निराधार होईल! दुसरं कोणी कोणी नाही हिला जवळचं! त्यात देवानं तिला हे असं रूपं दिलेलं! जग हिला सुखाने जगू देणार नाही याची मला खात्री आहे! पण हिला आश्रय देण्यानं माझ्या आयुष्यात काय निर्माण होणार आहे याचाही मी पूर्ण विचार केलेला आहे!

गेल्या वर्षी तू लग्नाची गडबड करत होतीस पण मीच तुला वर्षभर थांबण्याची विनंती केली. आता मी या मुलीला घरी घेऊन अक्षरशः दगड घरात घेतल्यासारखं वाटत असेल तुला. माणूस दगडातून देव निर्माण करतो तर मला दगडातून माणूस का निर्माण करतो येऊ नये?

“आई आणखीन एक सहा महिने थांब, मी या तुळसामध्ये तुला आमूलाग्र बदल घडवून दाखवीन! हिची भाषा सुधारेल! वागणं सुधारेल! आजकाल शाळा-कॉलेजातल्या पोरी बघितल्या की मला नको वाटतं! काय त्यांच्या त्या फॅशन्स प्रत्येकीला आपण हेमामालिनी किंवा जयाप्रदाच आहोत, असं वाटत असतं! मला जशी जोडीदारीण हवी तशी मी माझ्या हातून घडवणार आहे! मला फक्त तुझे आशीर्वाद हवेत आई!”

सरलाबाईंनी तुळसाकडं पाहिलं. तिचे डोळे अश्रूंनी डबडबले होते. बापजन्मीही असा सुविद्य, विचारी आणि समजूतदार जोडीदार लाभेल, याची तिला कल्पनाही करता येणं शक्य नव्हतं.

सरलाबाई उठल्या. त्यांनी तुळसाच्या डोळ्यांतले अश्रू टिपले अन् म्हणाल्या-

"मला एक कप चहा करून आण पाहू!'' तुळसा आत गेली तिच्या मागोमाग उदयही आत आला.

सरलाबाई खिडकीतून त्या मूर्तिकाराकडे पहात होत्या. आता त्यांना पटलं होतं. 'उदयही एक मूर्तिकार आहे,' असं तो मूर्तिकार का म्हणाला होता ते !

कथा एका नाटकाची

अलीकडे नाटकांना आणि नाटक कंपन्यांना चांगले दिवस आल्याचे पाहून संपतने एखादे 'हॉट' नाटक बसवायचे ठरवले. तसे संपत नाट्यसिनेमा क्षेत्रात बरीच वर्षं वावरला होता. जुन्या कलावंतांशी त्याचा चांगला परिचयही होता. नाटक बसवायचे म्हणजे किती खटाटोप करावा लागतो. जर एखादे प्रसिद्ध झालेले नाटक करावयाचे असेल तर मानधनाचा चेक पाठवून लेखकाची लेखी परवानगी मिळवावी लागते, हे संपतला ठाऊक होते. पण त्याने आपल्या नाटकासाठी लेखक शोधायचा नाही असं ठरवलं. एक कथा बरीच वर्षं त्यांच्या मित्राच्या, नीळकंठच्या डोक्यात घोळत होती. ती नीळकंठने जवळ जवळ अर्धा डझन चित्रपट निर्मात्यांना अगदी 'सिरिअस'ली ऐकवलीही होती. 'जर्म चांगला आहे. पिक्चरायझेशनला थोडं एक्सपेन्सिव्ह होईल' अशा शब्दांत निर्मात्यांनी नीळकंठची बोळवण केलेली होती.

तेव्हा संपतरावांनी शेवटी ठरवलं, दोस्ताची कथा पडद्यावर येत नाही, तर निदान रंगभूमीवर तरी आणू. संपतचा जीवश्च-कंठश्च मित्र नीळकंठ हाही अनेक धंदे करून शेवटी रिक्षा ड्रायव्हर झाला होता, पण त्यालाही अधून मधून आपण आज ना उद्या चित्रपट अभिनेते होऊ, असा जबरदस्त आशावाद वाटत होता.

संपतच्या घराण्याचा व्यवसाय होता नाभिकाचा! गावात लक्ष्मीचौकालगत त्याचं वडिलोपार्जित 'द किंग्ज हेअर कटिंग सलून ' अशी पाटी असलेलं दुकान होतं. संपतच्या वडिलांची इच्छा की संपतनं खूप खूप शिकावं अन् नाव कमवावं पण संपतरावांची वावडी मॅट्रिकच्या उंबरठ्यावर गोता खाऊ लागली. तीनवेळा संपतरावांची दांडी उडाल्यानंतर वडील म्हणाले-

"संप्या, झक मारती तुझी शाळा, आता धंद्याला लाग!"

"मला हा धंदा आवडत नाही बाबा!"

"मग काय आवडतं तुला! झिंज्या वाढवून नाच्या होतोस का नाच्या?"

"मी डायरेक्टर होणार आहे! फिल्म इंडस्ट्रीत डायरेक्टरला काय भाव असतो? एखादे पिक्चर हिट्ट गेले की पैसाच पैसा! निर्मात्यांची अशी रीघ लागेल दाराला रीघ! लोकांच्या थोबाडाला साबण फासून आजपर्यंत तुम्ही काय मिळवलंत? या आपल्या गावाबाहेर तुम्हाला ओळखतं का कोणी? बरं, चार पैसे कमवून ठेवलेत म्हणावं तर तेही नाही! मला हा धंदा करायचा नाही!"

"संप्या, लेका तुझं डोकं बिघडलंय! पिढ्यान्‌पिढ्या चालत आलेला आपला हा धंदा आहे रे! या धंद्याला कधी मंदी नसते. माणसांची इच्छा असो वा नसो. गालावर, डोक्यावर केस वाढतच जातात! तेव्हा दुसरा तिसरा काही धंदा करण्याचं डोक्यात घेऊ नकोस. नाटक-सिनेमा ही आपली कामं नव्हेत! हा खेळ कधीतरी अंगाशी येईल!"

पण संपत संकपाळच्या डोक्यात ते शहाणपण काही शिरलं नव्हतं. गावात नाटक कंपनी आली की तिथे संपत हजर! स्वत: होऊन त्यांची कामं करायचा. नटनट्यांना पानपट्ट्या आणून देणे, नट्यांना गावातल्या देवीच्या दर्शनाला घेऊन जाणे, कुणाच्या कपड्याला इस्त्री नसली तर झटपट इस्त्री करून आणून देणे अशी हलकी सलकी काम स्वेच्छेने पत्करून तो आपल्याविषयी जिव्हाळा निर्माण करून घेत असे. तेव्हा नाटक कंपनी उतरली आणि तिथे संपत सकपाळ हजर नाही असं कधी होत नसे!

जे नाटक कंपन्यांविषयी तेच चित्रपट कंपन्यांबाबत! गावचा परिसर निसर्गरम्य वनश्रीने बाराही महिने नटलेला. त्यामुळे पुण्यामुंबईकडच्या कंपन्या आऊट डोअर शुटिंगसाठी उतरायच्या. संकपाळ तिथंही हजर!

आऊटडोअर शुटिंगच्या वेळी गर्दी हटवण्यापासून ते अगदी हिरोईनला उकडतं म्हणून वाळ्याच्या पंख्यानं वारा घालण्यापर्यंत सारी काम न सांगता करायचा. हिरोईननं 'संपतराव किती त्रास घेता हो माझ्यासाठी?' असं म्हणून त्याच्या खांद्यावर हात ठेवला की त्याला कसं अगदी कृतकृत्य झाल्यासारखं

वाटायचं!

या संपतरावाला दुर्बुद्धी सुचली-त्यानं स्वत:च एक नाटक बसवायचं ठरवलं! त्याच्या दोस्ताच्या डोक्यात एक 'जर्म' होता.

नेहमीप्रमाणे पैसा नाही! नाटक उभं करेपर्यंत किमान शेपाचशे रुपये तरी लागणार होते. पण हे भांडवल त्या दोघांनी अडीचशे अडीचशे रुपये 'काँट्रिब्युशन' घालून जमवले.

मग ते दोघे 'कास्ट' ठरवण्यासाठी एकत्र बसले. गावात मेळ्यात काम करणाऱ्या चार-पाच पोरी होत्या. हिरोचे काम स्वत:च नीळकंठ करणार होता. तेवढीच बाहेर द्यावी लागणारी 'नाईट' बचत होईल असा हिशोबी विचार त्या दोघांनी केला. मग हिरॉईन मुक्रर करण्यासाठी ते नगमाच्या घरी गेले. नगमा दिसायला गोरीगोमटी, बऱ्यापैकी नाचणारी, सुस्वभावी होती. नगमाची आई ताराबाई कलावंतीण. एकेकाळी गावातली सर्वात देखणी बाई समजली जाई. पण ताराबाई आता उतारवयाकडे झुकली होती. तेव्हा आपला कलावंतिणीचा वारसा तिनं नगमाकडं सुपूर्द केला होता. प्रथम नगमा काही दिवस चित्रपटात 'एक्स्ट्रा' म्हणून तोंडाला रंग फासून उभी राहिली. हळूहळू तिला छोटे छोटे 'साईडरोल्स' मिळू लागले. नगमाने मराठी चित्रपटसृष्टीत नाव कमवावं, हळूहळू हिंदी चित्रपटात तिचा प्रवेश व्हावा यासाठी ताराबाई प्रयत्नशील होती. पण नगमाला मनातून वाटायचं, आपण संसार करावा, मुलं व्हावीत! नटी होणं तिला मनापासून पसंत नव्हतं. संपत नीळकंठ सोबत नगमाच्या घरी पोचला तेव्हा ताराबाईनं त्यांचं स्वागत केलं.

"याऽ याऽ याऽऽ संपतराव, आज इकडं कुठं वाट चुकलात?"

कोपऱ्यात चपला काढून ठेवीत संपत आणि नीळकंठ ताराबाई बसलेल्या कोचासमोरच्या खुर्च्यावर बसले.

"काय म्हणतंय तुमचं नाटक?" तारानं विचारलं.

"म्हणजे आम्ही नाटक बसवायला लागलो हे तुम्हाला देखील समजलं?"

ताराबाई पानानं रंगलेले दात दाखवत हसली आणि म्हणाली, "संपतराव, या गावातलं पान जरी हललं तरी मला समजतं! पण चांगलं आहे! तुमच्यासारख्या

माणसाचा जम बसायला हवा, तुम्ही आजपर्यंत दुसऱ्यांची उस्तवार करीत राहिला, तुम्हाला कधी चांगले दिवस यायचे?''

''ताराबाई! त्या विचारानंच हे पाऊल उचललेलं आहे!''

''स्टोरी कुणाचीय?''

''आमचीच! मी आणि नीळकंठनं एकत्र बसून त्या स्टोरीवर नाटक लिहिलंय, डायलॉग असे जमलेत विचारू नका! आम्हाला थोडी साथ मिळाली की या पुण्या-मुंबईच्या नाटक कंपन्यांना दिवाळं काढावं लागेल! डोक्यात आणखीन पाच-सहा नाटकांचे विषय घोळतात, एकापेक्षा एक हिट्ट!''

''हिरॉईन कोण निवडली?'' ताराबाईनं पानाचा डबा जवळ ओढून पान जमवत विचारलं.

''ती निवडली असती तर मग तुमच्याकडे कशाला आलो असतो? अहो आम्ही नगमाला हिरॉईनचं काम देणार आहोत! आमचं नृत्य-लावणी प्रधान नाटक आहे!''

''नाटकाचं नाव काय?''

''माझ्या पानाला लावा चुना!''

नेमकं त्याचवेळी ताराबाई पानाला चुना लावत होत्या. त्या थबकून म्हणाल्या, ''बाई बाईऽऽऽ काय नाव काढलंत हो शोधून?''

''अस्सल ग्रामीण 'ब्याग्रूंड' 'हाय' नीळकंठ बोलला.

''पण नगमाला आता वेळ कुठं हाय? तीन नाटकं आहेत, चार पिक्चर चालू आहेत. तिला काडीची फुरसत नाही!'' ताराबाई गंभीर होऊन म्हणाली.

''ताराबाई असं करू नका, नगमाला अशी नाचवतो या नाटकात की ज्याचं नाव ते !''

''पण तिला सवड नको का?''

''काहीतरी करा, पण आम्हाला नगमाच हवी!''

''नाईट काय देणार?'' विडा तोंडात कोंबत ताराबाईनं विचारलं.

''हे बघा ही आमची सुरुवात आहे. दहा-पाच खेळ झाले की

नगमाला आता जी नाईट मिळते त्यापेक्षा पाच पन्नास रुपये अधिक देऊ! काय रे नीळकंठ?''

नीळकंठने मान डोलावली.

''म्हणजे दहापाच खेळ होईपर्यंत तिनं फुकट काम करायचं? ते जमणार नाही संपतराव!''

''असं करू नका ताराबाई, माझं सगळं यश नगमावर अवलंबून आहे. नाटकाची जाहिरात तरी कशी करतो बघा, सिनेस्टार नगमाबानू हिचे लाजवाब नृत्य पहाण्यास चुकाल तर पस्तवाल!''

''जाहिरातीनं पोट भरत नसतं संपतराव!''

''तशी काय तिला मी अगदीच फुकट नाही नाचवणार ताराबाई! आमच्या ताकदीनुसार सुरुवातीला थोडी रक्कम देऊ!''

इतक्यात नगमा आतून आली. नुकतीच झोपेतून उठलेली. केस विस्कटलेले, डोळे जड झालेले. संपतला पाहून ती हसत हसत म्हणाली,

''काय संपतराव, सकाळीच येणं केलंत?''

संपतराव खुर्चीतल्या खुर्चीत उठून अदब दर्शवीत म्हणाला,

''यावं लागलं! पण ही सकाळ नाही नगमाबाई, साडेअकरा वाजलेत!''

''अमा गेऽऽ? खरंच? मला वाटलं नऊ साडेनऊ झालेत !''

''तू कशाला उठलीस एवढ्या लवकर? रात्री तीन वाजले हिला झोपायला!'' ताराबाई पिकदाणीत पिंक टाकून बोलल्या.

''काल काय नाटक होतं काय कुठं?''

''नाटक नव्हतं, पण तिकडे बारामतीचे एक जमीनदार आले होते, खास हिचा नाच बघायला! एका रात्री किती बिदागी द्यावी?''

''दोन तीनशे?'' संपतनं अंदाज करीत म्हटले, त्यावर ताराबाई हसल्या आणि म्हणाल्या.

''हिकडच्या लोकांसारखी दरिद्री माणसं नाहीत ती संपतराव! एक हजार एक देऊन गेले!''

''फक्त नाच बघायला?'' नीळकंठने विचारलं.

''मग? तुम्हाला आणि कशाला वाटलं?'' ताराबाईनं विचारलं.

“नाही! नाही! तसा माझा विचारण्याचा हेतू नव्हता. म्हटलं नाच आणि गाणं दोन्ही होतं काय?”

“ते जाऊ द्या, ताराबाई,” संपत मध्येच म्हणाला, “आमच्या नाटकाचं काय ते सांगा? नगमाबाई, खास तुमच्यासाठी नाटक लिहिलंय असं समजा!”

“तिला काय विचारता ? ठरवणार मी!” ताराबाई.

“नाही म्हणजे त्यांना कल्पना दिली आपली सहज!”

“नगमा तू अंदर जा गे!” ताराबाईंनी हुकूम केला. नगमा संपतकडे पाहून कपाळावर आलेले केस मागे सारत आत निघून गेली. नीळकंठच्या कंठाची वाटी बराच वेळ वरखाली होत राहिली.

शेवटी संपतनं अगदी जिकिरीला पडून नगमाला पन्नास रुपये नाईट सुरुवातीला पाच खेळांसाठी द्यायचं ठरवलं. ताराबाईनं कुरकुरत मान्य केलं.

नाटकाच्या तालमीला सुरुवात झाली. पण प्रत्येकवेळी ताराबाई हजर! नाटकाच्या तालमीसाठी येणाऱ्यांना ताराबाईंची उपस्थिती नापसंत होती. कारण ताराबाई नगमाशी कोणालाही उगाच बोलायला परवानगी देत नव्हती.

एकदा तालमीच्या वेळी नीळकंठ हळूच म्हणाला, “संपत ह्या थेरडीचं काय काम आहे रे तालमीला?”

“आयला एक वैतागच आहे. तिला वाटतं हिला कोणीतरी फूस लावून पळून नेईल! तिचं सगळं भांडवलच निघून जाईल! अवघड जागेवरचं दुखणं आहे झालं, ही तारी म्हणजे! कुणाला सांगताही येत नाही!”

ताराबाईला तालीम चालू असताना चार वेळा चहा आणि सहावेळा पान लागे. तो बंदोबस्त करावा लागे. नाटकाच्या तालमी चालत असताना एक निराळंच नाटक बसत होतं संपत-नगमाचं!

होता होता नाटक बसलं. ठेकेदार कोणी येणार नाही याची खात्री असल्यानं संपतनं स्वतःच कार्यक्रम करण्याचं ठरवलं, गावातलं थिएटर भाड्याने घेताना घासाघीस केली. तिकिटं काढली. जुन्या ओळखीपाळखी होत्या, त्यांच्या गळ्यात घातली.

नाटकाचा दिवस उजाडला. नाटकाची वेळ जसजशी जवळ येऊ

लागली तशी जबरदस्तीनं किंवा भिडेनं तिकिटं घेतलेली माणसं थिएटरकडे आली. ''एवढं गयावया करून संप्यानं तिकीट गळ्यात घातलंय, तेव्हा बघू तरी काय दिवे लावलेत?'' अशा जिज्ञासेनं माणसं जमू लागली.

संपत आणि नीळकंठ रहात होते त्या भागात तालमी होत्या. तालमीतली पोरं तिकीट न काढताच डोअरकीपरला धक्का मारून आत घुसली. संपतनं तक्रार केली नाही. निदान थिएटर तरी भरल्याचं दिसायला हवं. रंगपटात नीळकंठ मेकअपला बसला होता. पलीकडच्या खोलीत नगमा पायाला चाळ बांधून ते पक्के बसलेत की नाही, याची ट्रायल घेत होती. त्या छुमछुम वाजण्यानं नीळकंठची छाती उगाचच धडकत होती. सिनेस्टार ही उपाधी लावलेल्या नगमाबरोबर हिरोचं काम करायचं आहे या जाणिवेनं त्याच्यावर भलतंच प्रेशर आलं होतं.

ताराबाई गुलाबी शालू नेसून नाकात चमकी घालून पहिल्या रांगेत बसल्या होत्या. त्यांच्या शेजारी त्यांचे फॅमिली डॉक्टर राजापुरे बसले होते डॉक्टर नाटकाचे मोठे शौकीन होते. शिवाय आपल्या मुलीचं हे नाटक बघायला तुम्ही यायलाच हवं असा खुद्द ताराबाईंनी त्यांना आग्रह केला होता.

पहिली घंटा झाली, दुसरी झाली पण तिसरी घंटा काही होईना!

साडेनऊ झाले, पावणेदहा झाले. जबरदस्तीनं आणि भिडेनं तिकिटं घेतलेले प्रेक्षक अस्वस्थ झाले. पण तिसरी घंटा होणार कशी?

आज कोर्टाच्या बेलिफानं संपतवर नाटकाचा प्रयोग करायचा नाही असा मनाईहुकूम बजावला होता. 'हे नाटक एका लेखकानं अगोदरच लिहून प्रसिद्ध केलं होतं, पण त्याचं शीर्षक आणि पात्रांची नावं बदलून नीळकंठनं ते आपल्या नावावर खपवायचं ठरवलं होतं. ज्यावेळी नाटकाच्या तालमी चालत होत्या तेव्हा कर्णोपकर्णी ती वार्ता मूळ लेखकाच्या कानावर गेली होती. त्याने दिवाणी कोर्टात मनाईचा दावा दाखल करून त्या नाटकाच्या प्रयोगावर बंदी घालणारा हुकूम मिळवला होता. अन् त्या रात्री ऐन नाटक सुरू होण्यापूर्वी तो संपतवर बजावला गेला.

बाहेर प्रेक्षक दंगा करू लागले. पडदा उघडला जाणं शक्य नव्हतं.

संपतचे डोळे भरले. तो नगमाजवळ येऊन म्हणाला,

"नगमा, मला आता तोंड दाखवायला जागा नाही.. तूच काहीतरी मार्ग काढ! ह्या नीळकंठच्या नादानं मी ह्या फंदात पडलो. गळ्याशप्पत मला हे नाटक अगोदर कुणी लिहिले होतं हे ठाऊक नव्हतं!"

नगमा त्याच्या खांद्यावर हात ठेवून म्हणाली, "संपत, काही चिंता करू नको. मी जातीची कलावंतीण आहे, एकदा पायात बांधलेले चाळ मी नाचल्याशिवाय सोडत नसते! तिसरी घंटा द्यायला सांग. पेटी तबलावाल्यांना जागेवर बसा म्हणाव!"

पडदा उघडला गेला अन् नगमा थयथुई थुईथुई करीत नाचत नाचत स्टेजवर आली. पेटी अन् तबला यांच्या साथीला, ढोलकी वाजू लागली चांगली वीस मिनिट नगमा नाचली. लोकांनी टाळ्या पिटल्या. नगमा अदावत करून माईकजवळ गेली अन् माईकच्या दांडा हातात धरून म्हणाली.

"रसिकजनहो, आज आमचं नाटक सुरू होण्याच्या वेळी एक वाईट गोष्ट घडली. आमच्या नाटकात मुख्य काम करणाऱ्या नटाची प्रकृती अचानक बिघडली आहे. नाटक होऊ शकणार नाही. पण आज तुम्ही इतक्या मोठ्या संख्येनं इथे उपस्थित आहात तेव्हा आपलं रंजन व्हावं म्हणून मी आज कथकली, राजस्थानी आणि साऊथ इंडियन नृत्य सादर करणार आहे! तीन तास आपलं मनोरंजन करण्याचा मी प्रयत्न करीन!" पुन्हा एकदा लवून मुजरा करून नगमानं नाचायला सुरुवात केली!"

ताराबाईने डोळे मोठमोठाले केले आणि ती उठून नगमाचं नृत्य बंद पाडण्यासाठी आत निघाली तेव्हा तिच्याजवळ बसलेले डॉक्टर तिला शांतपणे म्हणाले, "ताराबाई, गप्प बसा, ऑडियन्स नगमाचं नृत्य बघण्यासाठी आतुर झालेला आहे. तुम्ही हे बंद पाडण्याचा प्रयत्न कराल तर जमलेले लोक प्रक्षुब्ध होतील." ताराबाई उठून सरळ घराकडे निघून गेली. नगमा रात्री परतल्यावर तिला उभी आडवी फोडून काढायचं असं ठरवून!

पण नगमा त्या रात्री घरी परतलीच नाही. आता त्या घटनेला दोन वर्षं झाली. नगमानं गाव सोडलं त्या रात्रीच अन् तेही संपतला घेऊन!

ताराबाई आता काहीही करू शकत नाही. नगमानं संपतशी लग्न

केलंय. दोघंही मुंबईला राहतात. संपत रणजित स्टुडिओत प्रॉडक्शन मॅनेजर म्हणून काम पहातो. नगमा लहानमोठे साईडरोल करते. नुकतंच त्यांना एक मूल झाल्याची वार्ता गावात समजली.

ताराबाई अलीकडे फारच थकलेली आहे. तिचं पानाचं व्यसन काही सुटत नाही. पण होतं काय, पानाला चुना लावताना तिला तो नाटकाचा प्रसंग आठवतो अन् ती भरमसाठ शिव्या द्यायला लागते. समोर कोणी दिसेल त्याला शिव्या देते, कारण नसताना देखील! राजापुरे डॉक्टर म्हणतात, ताराबाईच्या डोक्यावर परिणाम झालाय. काय असेल ते असो, नाटक बसवायला गेलेल्या संपतच्या आयुष्याला मात्र अचानक वेगळं वळण लागलं. संपतला सारेजण म्हणायचे "संपत, हे नाटक सिनेमाचं वेड कधीतरी तुझ्या अंगाशी येईल!" पण तसं काहीच घडलं नाही. या नाटकाच्या छंदापायी बायको मात्र त्याच्या पदरात पडली अन् तीही नगमासारखी सुस्वरूप देखणी आणि मिळवतीही!

अशी कथा एका नाटकाची!

❖❖❖

कथा एका खानदानाची

त्यादिवशी गावात सर्वत्र चर्चेचा विषय होता, 'हंबीरराव सरकारांचे हेमलताशी होणारे लग्न !' हंबीरराव तिसऱ्यांदा लग्न करणार आणि तेही अठरा वर्षांच्या हेमलतेशी? छे! छे! असं होता कामा नये! हंबीरराव पंचावन्न वर्षांचे! कलप लावतात म्हणून काय वय लपवता येते थोडेच? त्या पोरीच्या आयुष्याचे वाटोळे होणार! पण तिच्या आईबापाला समजत नाही? त्यांच्याच पुढाकाराने हे ठरत आहे. त्यांना समजत नाही. का हा प्रश्नच उद्भवत नाही.

अशा प्रकारची चर्चा दिवसभर होत होती. गावात एका युवक मंडळाने या विजोड विवाहास प्रतिकार करायचा निर्णय घेतला. शहरातले वयोवृद्ध नेते सदावर्ते हे अध्यक्षीय भाषण करणार होते. पुरोगामी विचारांचे अनेक कार्यकर्ते या विवाहास विरोध व्यक्त करणारी मते मांडणार होते. गावच्या नगर वाचन-मंदिरात ही सभा व्हायची होती. पण ऐनवेळी सदावर्तेनी आपली प्रकृती अचानक बिघडल्यामुळे हजर राहू शकत नाही, म्हणून दिलगिरी व्यक्त केली. सभेत बोलणारे वक्तेही काहीतरी महत्त्वाच्या कामासाठी परगावी जाणार असल्याचा बहाणा करून गैरहजर राहिले. वाचन-मंदिरात जमलेले दहावीस लोक नाराज होऊन परतले.

संस्थानी जमाना संपलेला होता. संस्थानिकांचे मांडलिक आणि जहागीरदार यांचीही मिरासदारी कायद्यानं संपुष्टात आलेली होती. तरीही छोट्या जहागिरीच्या गावी अजूनही त्यांचा पूर्वीइतकाच बडेजाव चालू होता.

दुर्गापूर संस्थानच्या हद्दीतील सुजनपूर हे असंच एक जहागिरीचं गाव.गावची लोकसंख्या पंधरा वीस हजारांच्या आसपास. सुजनपूरचे पूर्वीचे जहागीरदार, जनहितासाठी सदैव दक्ष असत. पण जसजसा काळ

झपाट्याने पुढे जात होता, तसे हे जहागीरदार लोक स्वार्थाशिवाय दुसरा कसलाच विचार करायला तयार नव्हते.

हंबीररावांनी तर कमालच केली. त्यांनी खाणं, पिणं, ऐषआराम याशिवाय दुसरे काहीच केले नाही. हंबीररावांना पहिल्या बायकोची दोन मुलं व दोन नंबरच्या बायकोला एक मुलगी होती. पहिल्या दोघी बायका वारल्या. अन् आता साठीकडे झुकलेल्या हंबीररावांनी तिसऱ्या लग्नाचा मनोदय व्यक्त करताच गावातल्या सुजाण आणि सुसंस्कृत लोकांत संतापाची लाट उसळली होती.

हेमलताची अन् हंबीररावांची दुसऱ्या बायकोपासून झालेल्या मुलीची विजयाची मैत्री होती. दोघी एकाच वर्गात शिकत होत्या. हेमलताचे वडील नारायणराव स्वत:ला खानदानी समजत होते. पण आता ती खानदानी फक्त त्यांच्या मोडकळीला आलेल्या वाड्यात आणि सावकारांच्या कर्जात दिसून येत होती.

विजयाबरोबर हेमल सरकारांच्या वाड्यात जाते, विजयाची आणि तिची घनिष्ठ मैत्री आहे हे नारायणरावांना आणि त्यांच्या पत्नीला ठाऊक होतं, पण हंबीरराव आपल्या मुलीच्या मैत्रिणीशी लग्न करण्याची इच्छा बाळगून आहेत हे समजल्यावर नारायणराव विरोध करतील असा बऱ्याचजणांचा अंदाज होता, पण तो साफ चुकला.

उलट नारायणरावांनी त्या नियोजित विवाहाचे समर्थन करायला सुरुवात केली.

'सरकार अजून तसे कणखरच आहेत. शिकारीला निघाले तर दहा वीस मैल चालतात. आम्हाला त्यांची बरोबरी करता येत नाही...! आमची पैज आहे, पंचवीस वर्षांचा तरुणदेखील त्यांच्या चालण्यापुढे टिकणार नाही. त्यांना अजून चष्मा लागत नाही. केस कसे दाट आणि काळे कुळकुळीत आहेत. शिवाय वडिलार्जित संपत्ती, दागदागिने इतके आहेत की, हेमलतानं ते सर्व घालायचे म्हटले तर तिला ते पेलवणारदेखील नाहीत!'

नारायणराव हंबीररावांच्या तारुण्याचे आणि ऐश्वर्याचे पोवाडे का गातात हे गावातल्या बऱ्याच लोकांना नंतर ठाऊक झालं होतं. कर्जाबद्दल

दहावीसवेळा नारायणरावांच्या घरावर जप्तीही आली होती. वारंवार येणारी ही जप्ती वाचवायची असेल तर हंबीररावांशी सोयरीक हा एकच मार्ग नारायणरावांना दिसत होता.

हेमलता मात्र या प्रकारामुळे काहीशी दुःखी आणि कष्टी झाली. वाड्यातला जिना चढताना हंबीरराव सरकारना धाप लागते, त्यांना दोन्ही बाजूला दोन नोकरांच्या खांद्यावर हात ठेवल्याशिवाय माडी चढता येत नाही, हे तिनं अनेकवेळा पाहिलं होतं. सरकारच्या टेबलावरची बाटली कसली आहे हे तिला ठाऊक नव्हतं, पण विजयानेच तिला सांगितलं होतं, "आमच्या आबांचे एकूण एक केस पिकलेत, ते हा कलप वापरतात!' तेव्हा हेमलता म्हणाली होती; 'पांढरे केससुद्धा आबांना चांगले दिसले असते!'

"अय्या, हेमलता तू त्यांना आता यापुढे आबा म्हणू नकोस!" विजया हसत म्हणाली.

"का?"

त्यावर विजया पुन्हा हसली अन् म्हणाली, "अगं तू माझी आई होणार आहेस!"

"काहीतरीच बोलतेस!"

"काहीतरीच कसं? तुझे वडील-आई इथे परवा आले होते, त्यांचं जवळ जवळ पक्कं झालं आहे. आता या गावातलेच काही लोक विरोध करण्याची शक्य आहे. पण नारायणराव म्हणाले त्यांची तोंडं कशी बंद करायची हे मला ठाऊक आहे."

हेमलता गंभीर होऊन म्हणाली, "विजू, पण तुला हे विचित्र वाटत नाही? आजपर्यंत मी त्यांना आबा म्हणत होते. तेही मला मुलगी समजत होते. तुला जे जे त्यांनी आणलं ते ते मलादेखील न विसरता ते आणत होते. मला कशीतरीच वाटते ही कल्पना!'

"अगं, आमच्या आबांचा स्वभाव तुला ठाऊक आहे ना? एकदा त्यांनी मनात आणलं की संपलं! कुणाकुणाचं ऐकायचे नाहीत आणि' तू माझी आई होण्यात माझाही स्वार्थ आहे!"

"कसला?"

''या घरात कोणीतरी परकी बाई येण्यापेक्षा जिला मी लहानपणापासून ओळखते, जी माझी जिवाभावाची मैत्रीण आहे, तीच इथे मालकीण म्हणून येणं मला योग्य वाटतं!''

''पण माझ्याजागी तू असतीस तर काय केलं असतंस!''

''मी? होकार दिला असता! हे बघ आजकाल आपल्या खानदानीत अशी चांगली स्थळं आहेत तरी कुठं?''

''विजू, तुझ्या स्वार्थासाठी तू मला बळी जाण्याचा सल्ला देतेस? तुझ्याकडून मला हे अपेक्षित नव्हतं! आबा आता म्हातारे झाले आहेत. म्हाताऱ्या माणसाशी लग्न केल्यानंतर ....''

त्यादिवशी हेमलता पुन्हा विजूकडे जायचं नाही असं ठरवून घरी आली. घरी जेवणाचा घमघमाट सुटला होता. स्वयंपाकघरात कोंबड्या शिजत होत्या. नारायणराव कडक इस्त्रीची विजार, रेशमी शर्ट आणि पांढऱ्या सशाच्या कातड्याची नवीकोरी टोपी घालून दारात उभे होते.

हेमलता किंचित रागावलेली पाहून ते म्हणाले, ''काय सरकारीणबाई आज रागावलात कुणावर?''

दारात चपला काढून ठेवीत ती म्हणाली,

तुमच्यावर ! ''म्हणजे तुझ्या कानावर ते एकदाचं आलं म्हणायचं! बरं झालं, कसं सांगावं या विचारातच होतो. आम्ही दोघं!''

''हे मला पसंत नाही!''

''असं तू म्हणणार हेही मला अपेक्षित होतं हेमलता!'' असं म्हणत त्यांनी टाळी वाजवली आणि स्वत:शीच निर्लज्जासारखे हसत राहिले.

इतक्यात आतून हेमलताची सावत्र आई, आनंदीबाई, बाहेर आल्या. नारायणरावांनी डोळ्यांनीच त्यांना खुणावलं, ''समजलेलं आहे सारं पण स्वारी बिघडलीय!''

आनंदीबाई या हेमलची आई वारल्यानंतर नारायणरावांनी करून घेतलेलं दुसरं कुटुंब! यांना पुत्रसंतान झालेलं नव्हतं. आनंदीबाईंना एकच छंद होता, खाण्यापिण्याचा!

रोज चमचमीत जेवण, त्यावर मसाल्याचं पान. दुपारची झोप. रात्री

नारायणरावांच्या सोबत त्या फिरायला बाहेर पडत! दिवसा खानदानी स्त्रियांनी बाहेर पडणं निषिद्ध मानलं जात असे!

गेल्या काही वर्षांत नारायणरावांची आर्थिक स्थिती ढासळत चालली होती. आंनदीबाईंना मनासारखे पदार्थ खायला मिळत नव्हते. जीर्ण झालेल्या साड्या वापरून त्यांना आता कंटाळा आला होता. अधूनमधून बेलीफ घराच्या जप्तीचे वॉरंट घेऊन येत होता. आणि या सर्वांवर एकच रामबाण उपाय होता. आणि तो म्हणजे.....

हेमलचं हंबीरराव सरकारशी लग्न! या लग्नानंतर आनंदीबाईंच्या आजपर्यंत दडलेल्या सर्व इच्छा आकांक्षा फलद्रूप होणार होत्या, खर्च भागणार होते. बेलीफ जप्तीचं वॉरंट घेऊन पुन्हा वाड्याकडे फिरणार नव्हता. मोडकळीला आलेल्या वाड्याची दुरुस्ती होणार होती. सर्वच बाजूंनी आनंदीबाईंच्या मनासारखं होणार होतं.

नारायणरावांनी डोळ्यांनी खुणावल्यानंतर आनंदीबाईंनी तिच्या खांद्यांवर हात ठेवून म्हटलं, "बाळ हेमल, तू इतर मुलींसारखी अल्लड नाहीस! तुला चांगली जाण आलेली आहे. आपल्या वडिलांच्या डोक्यावरचं हे कर्ज भागायचं असेल, वाडा दुरुस्त करावयाचा असेल, त्यांनी उरलेलं आयुष्य सुखासमाधानात घालावयाचं असेल तर तुला या लग्नाला संमती द्यावी लागेल! आता त्यांच्या आणि तुझ्या वयातं थोडं जास्त अंतर आहे हे मला कबूल, पण त्यामुळे काही बिघडणार नाही. एकदोन मुलं झाली की तू सुद्धा अंग धरशील! मग तुझ्या नि त्यांच्या वयात अंतर आहे हे कोणाला सांगूनही पटणार नाही!"

हेमलनं ते शांतचित्तानं ऐकून घेतलं आणि नंतर ती म्हणाली, "मला त्यांच्याशी लग्न करायचं नाही. हवं तर तुम्ही घ्या करून!"

हेमलने ते शब्द उच्चारले मात्र. ताडकन् नारायणरावांनी तिच्या मुस्कटात मारली. तेव्हा आनंदीबाई नारायणरावांवर रागावून म्हणाल्या.

"मारता कशाला तिला! काय कळतं तिला? चल बाई! तुझी इच्छा नसली तर राहू दे!"

असं म्हणून आनंदीबाई तिला आपल्या खोलीत घेऊन आल्या.

हेमल हुंदके देऊन रडत होती. रडता रडता ती थांबली आणि म्हणाली, ''तुमच्या सर्वांच्या स्वार्थासाठी तुम्ही माझा कडेलोट करता आहात! पण मी नाही होणार तयार!''

''आनंदीबाई!'' नारायणराव बाहेरून ओरडले, ''तिला तुम्हीच लाडावून ठेवलं आहे! आजपासून तिचं बाहेर जाणं बंद! घरातून बाहेर पडायचं नाही. यापुढं चित्रंही काढायची नाहीत म्हणून सांगा!''

कॉटवर पडून धाय मोकलून रडणाऱ्या हेमलच्या पाठीवर हळुवारपणे हात फिरवीत आनंदीबाई म्हणाल्या, ''हेमा, अगं सरकारांच्या जामदारखान्यांत कसले कसले दागिने आहेत, ठाऊक तरी आहेत का तुला?''

''मला दागिने आवडत नाहीत! मला लग्नही करायचं नाही. मला शिकायचं पुढं! मला चित्र काढायला आवडतं हे ठाऊक आहे तुम्हाला!''

आनंदीबाई त्यावर अगदी मनमोकळेपणानं हसल्याचा अविर्भाव करून म्हणाल्या,

''बरोबर बोललीस! तुला चित्र काढायचा छंद आहे हे का मला ठाऊक नाही? पण आमची परिस्थिती नसल्यामुळे आम्ही तुला रंगपेट्यासुद्धा घेऊन देऊ शकलो नाही. तू विजयकडून त्या मागून घ्यायचीस! पण जर का तू त्या वाड्यातील मालकीण झालीस तर तुला हवे तसले पेन्टिंगचे साहित्य विकत घेता येईल! पेंटिंग शिकायला शाळेतदेखील जायची तुला गरज पडणार नाही. ड्रॉइंग मास्तर तुला शिकवायला वाड्यातच येतील.''

हेमलला चित्रकलेचा अतोनात छंद होता. पण नारायणरावांच्या कर्मदरिद्रीपणामुळे त्यांना हेमलची एकही हौस पुरवता आली नव्हती. स्वप्नाळू हेमलच्या दृष्टीपुढे कल्पना तरळू लागली. ती सरकारांच्या वाड्यात खिडकी शेजारी इझेल उभे करून कॅनव्हासच्या बोर्डावर पश्चिम क्षितिजावरचे हिरवे निळे डोंगर रंगवत बसलेली आहे. बाजूला विंडसर आणि न्यूटन कंपनीच्या ऑईलपेंटच्या सर्व रंगाच्या ट्यूब्ज आणि ब्रश ओळीनं लावून ठेवलेले आहेत. एका काचेच्या ग्लासात रंगांचं मिश्रण करण्यासाठी टर्पेन्टाईन ठेवलेलं आहे. त्याचा किंचित उग्र दर्प त्या खोलीत दरवळतो आहे. आपण एकामागून एक अशी असंख्य तैलचित्रं रंगवलेली आहेत. वाड्यातल्या मधल्या हॉलमध्ये

त्यातली काही उत्तम चित्रं लटकवलेली आहेत. येणाऱ्यांना सरकार स्वाभिमानानं सांगतात, ''हे नदीचं पेंटिंग आमच्या धाकट्या बाईसाहेबांनी केलंय, तो गुलमोहर आमच्या सरदारकी जमिनीतला आहे. कसा हुबेहूब रंगवला आहे पहा! निळेभोर आकाश, त्यावर तरळणारे शुभ्र ढग, एका विशिष्ट प्रकारांत मोरपिसाऱ्यासारख्या पसरलेल्या गुलमोहरांच्या फांद्या --

इतक्या दिवसांची चित्रकर्ती व्हायची मनात बाळगलेली स्वप्नं साकार व्हायची असतील तर तुला या विवाहाला मान्यता द्यावीच लागेल असं कोणीतरी तिच्या कानात सांगत असल्याचा भास तिला झाला. लग्न, संसार, मुलं यापेक्षा कलावंतांचं जीवन निश्चित श्रेष्ठ आहे. त्यातून मिळणारा आनंद हा क्षणभंगुर मुळीच नसतो, शाश्वत आणि चिरंतन सुखासाठी मला काहीतरी त्याग करावा लागेल.

ती चटकन् उठून बसली. साडीच्या टोकानं तिने डोळे पुसले आणि आनंदीबाईंना म्हणाली, ''मी तयार आहे!''

हेमल लग्नाला तयार झाल्याची वार्ता आनंदीबाईंनी नारायणरावांना सांगून म्हटलं,

''हं, आता उगाच विलंब करू नका. तयार झालेली आहे तोवर उरकून घ्यायला हवं!''

''पण कशी काय झाली तयार?''

''कशी का होईना? पण झाली खरी!''

''गावात या लग्नाचा बभ्रा होण्याच्या आत हे होऊन गेलेलं बरं!'' आनंदीबाईंनी महत्त्वाची सूचना दिल्यासारखी आविर्भाव केला.

पण ती वार्ता सुजनपुरात वाऱ्यासारखी पसरली. उलटसुलट चर्चा सुरू झाली.

हेमल शाळेत असताना तिला चित्रकला शिकवणारा तरुण मास्तर प्रकाश याला जेव्हा हेमलच्या लग्नाबाबत समजलं तेव्हा तो अस्वस्थ झाला. हेमलबद्दल त्याला प्रेम होतं. तिला चित्रकलेची आवड आहे अन् आज ना उद्या ती या क्षेत्रांत नक्कीच नाव कमवेल, असा प्रकाशला विश्वास होता. पण आता तिचे हंबीरराव सरकारशी लग्न झाले की सारेच संपले, असे

वाटून तो नारायणरावांना भेटायला आला. नारायणरावांचे एक वैशिष्ट्य होते, त्यांना आपल्याकडे येणारा माणूस कोणत्या हेतूने आलेला आहे, याचं चटकन आकलन होत असे.

"या... या, मास्तर! बोलाऽऽऽऽ!"

"मी ऐकलं ते खरं का?"

"बसा अगोदर. खरंय ते. परवा मंगळवारचा मुहूर्त आहे! पण..."

"माझं म्हणणं आहे, आपण याबाबत फेरविचार करावा ! सरकारांचं आणि हेमलचं वय आपण विचारात घेतलं आहे का?"

"ते सगळं झालेलं आहे मिस्टर प्रकाश?"

"हेमलची या लग्नाला संमती आहे? ती तुम्ही जबरदस्तीनं घेतलेली असेल !"

त्यावर नारायणराव कुत्सित हसले आणि म्हणाले, "जा प्रकाश, या प्रकरणात तू लक्ष घालू नकोस. भाकरी मिळविण्यासाठी तुला तुझे हात-पाय धड ठेवायला हवेत."

प्रकाशने नारायणरावांच्या त्या उद्गारातली दहशत ओळखली. नारायणरावांना त्याला म्हणायचे होते, 'हातपाय धड राहायचे असतील तर यात लक्ष घालू नको?'

"ठीक आहे." प्रकाश जाता जाता म्हणाला, "पण तुम्हाला पश्चातापाची पाळी येईल."

खरं म्हणजे प्रकाशच्या मुखाने सारं सुजनपूरच बोलले होते. पण सारी हयात छानछोकीत घालवलेल्या नारायणरावांना ते बोल रुचणे शक्य नव्हते.

फारसा गाजावाजा न होता ते लग्न हंबीरराव सरकारांच्या वाड्यात पार पडले. लग्नाला बाहेरची अशी फारशी माणसं नव्हती. सरकारांच्या आणि नारायणरावांच्या गोतावळ्यातली पाचपन्नास माणसं जमली होती. अशा उतारवयात कुमारिकेशी लग्न करायला देखील हिंमत लागते असं काहीजण त्यांचं कौतुकही करीत होते. विजया त्या लग्नात मिरवत होती. बाहुलाबाहुलीची लग्नं लावताना तिला जो उत्साह वाटायचा, त्याच उत्साहाने

ती या लग्नात वावरत होती. हेमलला सरळ उभं रहा असं सांगताना ती तिच्या कानांशी तोंड नेत म्हणायची, "आईसाहेब, म्हातारीसारख्या वाकता कशाला? ताठ उभं रहा ना?" स्वत:च्या विनोदावर खूष होऊन स्वत: खुखु करीत होती. लग्नाला सरदार घराण्यातल्या इतरही काही स्त्रिया आलेल्या होत्या. आपल्या ऐश्वर्याचं प्रदर्शन करण्याच्या स्पर्धेत कोणी कोणी खोटे दागिनेही अंगावर चढवले होते.

आनंदीबाई नथ घालून मिरवत होत्या. भरजरी शालू त्यांच्या जावयाने दिला होता, हे सर्वांना ठाऊक असूनही जमलेल्या बायका त्यांना त्याची किंमत विचारत होत्या.

सावत्र आईबद्दलची चीड,बापाचा नादानपणा यातून सुटका व्हावी अन् भविष्यात चित्रकर्ती म्हणून जगता यावं या अपेक्षेनं हंबीररावांचा स्वीकार करणारी हेमल आता नवीन विश्वात वावरत होती. संध्याकाळी मोठं जेवण झालं. स्वत:ला सरदार म्हणून घेणारी काही मंडळी बुभुक्षिता सारखी जेवणावर तुटून पडली. जेवणानंतर सारी मंडळी परतली.

पहिली रात्र हंबीररावांचे शयनगृह चमेलीच्या फुलांनी सुशोभित केले होते. खिडक्यांच्या रेशमी पडद्यातून येणारा थंड वारा सुखद वाटत होता. पण आजपर्यंत वडिलांप्रमाणे मानलेल्या हंबीररावांची शय्यासोबत करावी लागणार, या जाणिवेने हेमल काहीशी दु:खी झाली होती.

साडेदहाच्या सुमारास हंबीरराव वर आले. वर जिना चढताना आज त्यांनी नोकराचं साहाय्य घेतलं नव्हतं. त्यामुळे बराच वेळ ते धापा टाकत बसले.

"हेमल, ये लाजतेस कसली?" बसल्या जागेवरून त्यांनी हेमलला बोलवलं. ती खिडकीजवळ पाठमोरी उभी होती. यापूर्वी अनेकवेळा एका बाजूच्या विजू दुसऱ्या बाजूला हेमल, मध्ये हंबीरराव उभे राहून दोघींच्याही खांद्यावर हात ठेवून बोलायचे. त्या दोघींची चेष्टा करायचे. पण तेच हंबीरराव तिला 'पती' या नात्यानं जेव्हा बोलावू लागले तेव्हा तिचे सर्वांग भीतीने थरथरू लागले.

धिमी धिमी पावल टाकीत ती पुढं आली, आणि ओक्साबोक्सी रडू

लागली. हंबीररावांना हे तिचं वागणं अपेक्षित होतं. नाही म्हटलं तरी गावातली चर्चा तिच्या कानापर्यंत आलेली होती. लोकांना हा विवाह मुळीच पसंत नव्हता. हंबीररावाचे थोरले चिरंजीव बत्तीस वर्षांचे होते. धाकटे अठ्ठावीस वर्षांचे होते. दोघांचीही लग्नं झालेली नव्हती. ते दोघेही या समारंभाला हजर नव्हते. या सर्व प्रकाराचा हेमलवर अनिष्ट परिणाम झाला होता. आपण वडिलांना होकार देऊन चुकलो तसं नाही ना असं तिला वारंवार वाटू लागलं होतं.

त्यांनी तिला जवळ घेतलं तेव्हा तिला त्यांच्या दंडाला स्पिरिटचा वास आला.

"वास कसला स्पिरिटसारखा?" हेमलनं विचारलं.

हंबीरराव हसले आणि म्हणाले, "आज ना उद्या ते तुला कळणारच! तुझ्यापासून दडवण्यात काय अर्थ आहे? इंजेक्शन घेऊन आलो."

"कसलं?"

"हार्मोन्सचं!"

"म्हणजे?"

त्यावर हंबीरराव गालातल्या गालात हसले आणि त्यांनी हेमलला जवळ घेतलं. तिच्या ओठाचं चुंबन घेतांना त्याच्या मिशामुळं तिला गुदमरल्या सारखं झालं पण आता त्या प्रसंगातून तिची सुटका नव्हती.

हेमलला नंतर कळून चुकलं की सरकारनी ते इंजेक्शन घेतल्याशिवाय त्यांची कामवासना जागी होत नव्हती.

हळूहळू हेमल त्या वातावरणात रुळली. पुढं लवकरच विजूच लग्न झालं. ती सासरी निघून गेली. गावाबाहेर सरकारांचा प्रचंड वाडा होता. गाई, म्हशी बांधण्याचा गोठा होता. विहीर होती. दहावीस गडीमाणसं रात्रंदिवस राबत होती. हेमलला इकडची काडी तिकडं करावी लागत नव्हती. पण तरीही ती काहीतरी हरवल्यासारखं एकसारखं शोधत होती.

सरकरांनी तिच्यासाठी चित्रकलेचं साहित्य आणलं. तेव्हा ती म्हणाली,

"ऑईलपेंट करताना थोडं मार्गदर्शन हवं!"

"पण मला इथं तसं मार्गदर्शन करणार कोण? दुर्गापूरला मात्र

चित्रकला शिकविणाऱ्या संस्था आहेत! इथल्या शाळेत एक शिक्षक आहेत.!''

"कोण?''

'प्रभाकर पाटील!'

"अस्सं? मग त्याला बोलावून घेऊ की! रोज इथं येऊन शिकवेल तुला!''

प्रभाकर शिकवायला येऊ लागल्यापासून हेमलच्या वागण्यात फरक पडू लागला. पूर्वीसारखी ती दुर्मुखलेली दिसत नव्हती. सरकारांना तिच्या वागण्यातला हा फरक तात्काळ जाणवला. ते म्हणाले, "बाकी माणसांना काही ना काही हा छंद हवाच! काय सुरेख चित्र काढतेस ! मला कल्पना नव्हती तुझी या विषयात इतकी गती असेल अशी!

"मला किनई दुर्गापूरलाच एकदा प्रदर्शन भरवायचं!''

"जरूर! पण त्याला नाव काय द्यायचं? तू बाई असल्याकारणानं वन मॅन शो म्हणता येणार नाही! वन वुमन शो म्हणावं लागेलं!''

हेमल हसली आणि म्हणाली, "काहीही म्हणावं पण मला प्रदर्शन भरवायची खूप इच्छा आहे!''

"हेमल, तुझं वागणं बाकी चमत्कारीक आहे हं!''

"दागिने का नाही वापरत तू?''

"मला ऐश्वर्याचं प्रदर्शन करण नाही आवडत!''

"अरेच्या असं आहे नाही का? हेमल बरेच दिवसांपासून तुला एक विचारायचं म्हणतो आहे!''

"कशाबद्दल?''

'मी माझं मृत्युपत्र करायचं म्हणतो आहे. तुला किती जमीन हवी? दागिने कोणकोणते हवेत एकदा सांगून टाक!''

"मला काही नको! पुन्हा मला असलं काही विचारू नका!''

किंचित रागानं हेमल म्हणाली.

"असं करू नको. अगोदरच जग म्हातारपणी तुला करून घेतली म्हणून बोंब मारत आहे. आणि अशात पटकन् मरून गेलो तर माझी ही मुलं तुला काही देतील असं वाटत नाही मला!''

हेमल त्यावर काहीच बोलली नाही.

बोलाफुलाला गाठ पडावी तसा प्रसंग मात्र घडला. तिसऱ्या दिवशी रात्री हृदयविकाराच्या झटक्याने सरकारचं अकस्मात निधन झालं. नारायणरावांना आकाश कोसळल्याचे दु:ख झाले. आनंदीबाईंनीही खूप आक्रोश केला. पण हेमलच्या डोळ्यांत अश्रूंचा लवलेशदेखील नव्हता.

सुदैवानं सरकारांच्या मुलांनी हेमलला उघड्यावर टाकले नाही. तिला जमिनीची वाटणी करून दिली. रोख रक्कम, व राहण्यासाठी स्वतंत्र बंगलाही बांधून दिला. हेमल त्या बंगल्यात रहायला जाणार होती, त्यादिवशी नारायणराव आणि आनंदीबाई वाड्यावर आले.

''हेमल, आम्हाला वाटतं तू आमच्यासोबत रहावंस!'' नारायणराव गंभीर मुद्रेनं म्हणाले.

''का?''

''तू एकटी बाईमाणूस, तो बंगलाही माळावर असा आहे. आम्हाला तुझी चिंता वाटते!'' आनंदीबाई.

''आईसाहेब, मी आता कुकुलं बाळ राहिलेली नाही. आणि माझी चिंताच होती तर सरकारशी लग्न लावण्याची घाई का केलीस? पण बरं झालं ! मुलांनी आईबापांच्या पोटी जन्म घेतला की त्याचं काहीतरी ऋण फेडावं म्हणतात. मी ते शब्दश: सत्य केलेलं आहे. माझ्या लग्नामुळं तुमचं सर्व कर्ज चुकतं झालेलं आहे. मोडकळीला आलेला वाडा दुरुस्त झालेला आहे. उधार उसनवार न करता दोन्हीवेळा तुमची चूल पेटू लागलेली आहे. जा तुम्ही आता, तुमचा माझा संबंध संपला यापुढे!''

आनंदीबाई आणि नारायणराव एकमेकांच्या तोंडाकडं पाहू लागले. नारायणराव म्हणाले,

''सरकारांच्या मुलांनी तुला जमीन दिलेली आहे. पैसे दिले. दागदागिने दिले पण जमिनीची देखभाल कशी करशील?''

''वटमुखत्यार नेमलेला आहे मी!''

हेमल निर्धारानं बोलली.

''कोणाला?''

"प्रभाकर पाटलांना!"

प्रभाकरचं नाव घेताच नारायणरावांच्या कपाळावर आठ्यांचं जाळं उठलं! ते म्हणाले.

"तो रंगारी तुझ्या आयुष्याची बरबादी करील!"

"पण तुम्ही केली इतकी नक्कीच नाही!"

"पोरी असं बोलू नये आपल्या वडिलांना!" आनंदीबाई.

"तुम्ही दोघे इथून जा ऽऽऽ! निघा म्हणते ना? हेमल मोठ्याने ओरडली.

नारायणरावांनी मांडीवरची केसाळ टोपी डोक्यावर ठेवली, आणि ते आनंदीबाईसह निमूटपणे निघून गेले.

या प्रसंगाला आता आठ वर्षं लोटलेली आहेत. आर्टिस्ट म्हणून हेमलचं राष्ट्रभर नाव झालेलं आहे. हेमलचं ऑईलपेंटिंग आपल्या हॉलमध्ये असणं हे काही लोकांना प्रतिष्ठेचं लक्षण वाटतं.

सरकार वारल्यानंतर दोन वर्षांनी तिची प्रकृती फार बिघडली होती. उपचार करण्यासाठी प्रभाकर तिला चार महिने मुंबईला घेऊन गेला होता. ती पूर्ण बरी होऊन परतली. पुढे दोन महिन्यांनी तिनं अनाथालयातलं एक लहान मूल संगोपनासाठी आणलं. तिचं त्या मुलावर खूप प्रेम आहे. लोक त्या मुलाबद्दल काय वाटेल ते बोलतात, पण हेमल आता कोणाला भीक घालत नाही. तिचा वटमुखत्यार प्रभाकर हा आताशी राजकारणात पडलेला आहे. चित्र काढायचं त्याने जवळ जवळ सोडूनच दिलेलं आहे. पुढारी झाल्यामुळं आता त्याच्याही वाटेला कोणी जात नाही. नारायणराव मात्र प्रभाकरचं नाव निघालं की दातओठ खातात!

अशी ही कथा एका खानदानीची!

भानगड गल्ली

'**भा**नगड गल्ली' हे नाटक धुमधडाक्यात चाललेलं होतं. त्या नाटकाचे नव्याण्णव प्रयोग हाऊसफुल्ल झाले होते. नाटकात अश्लील असं काहीच नाही, अशी नाट्यसमीक्षकांनी ग्वाही दिली होती. त्यामुळे नाटकाला एक प्रकारचा साहित्यिक दर्जा प्राप्त झाला होता. पुणे, मुंबई, नागपूर, कोल्हापूर, अशा शहरांत 'भानगड गल्ली' हे नाटक लागणार, अशी ज्यादिवशी जाहिरात होई, त्यादिवशीच नाटकाचा 'प्लॅन' संपत होता. 'फ्री-पासेस' अजिबात बंद, अशीही जाहिरातीत एक टीप असल्याने फुकट नाटक बघणारे देखील प्लॅन संपण्याच्या अगोदर आपली तिकिटे राखून ठेवीत. शिवाय ते नाटक 'वयात आल्यानं' फक्त प्रौढांसाठी अशीही जाहिरातीत सूचना असे. त्यामुळं त्या नाटकाचा एक ठरावीक असा प्रौढ आणि जाणकार प्रेक्षकवर्ग निर्माण झालेला होता.

ते नाटक एकदा पाहून प्रेक्षकांचं समाधान होत नसे. पुनः पुन्हा पहावेसे वाटत असे. नाटकाचा साहित्यिक दर्जा उच्च आहे, असं बऱ्याच वृत्तपत्रांनी गौरविल्यामुळे समाजातला विशेषतः 'सोफिस्टिकेटेड क्लास' त्या नाटकाला गर्दी करीत होता.

नाटकांची कथावस्तू तशी फारशी गुंतागुंतीची नव्हती. एका पोस्टमनला वेश्यागमनाचा नाद होता. ज्या वस्तीत वेश्यांची वस्ती होती त्या वस्तीलाच 'भानगड गल्ली' हे नाव होतं. त्या पोस्टमनचं एक वैशिष्ट्य असं होतं की त्याला रोज नवीन वेश्येकडं जायला आवडे. भानगड गल्लीत एक सुस्वरूप तरुण वेश्या गोव्यावरून येते तेव्हा तिला तिच्या शेजारणी पोस्टमनविषयी माहिती सांगतात. तेव्हा ती म्हणते --

“याचा अर्थ तुमच्याजवळ गिऱ्हाइकाला पुनः पुन्हा आपल्याकडे खेचून आणण्याचं कौशल्य नाही!”

त्यावर भानगड गल्लीतली एक अनुभवी वेश्या म्हणाली, “अगं त्याचा धंदा काय आहे बघ ना? घरोघरी जाऊन त्याला पत्र वाटावी लागतात! त्यामुळ घर बदलण्याची सवय आहे!”

नवीन आलेली वेश्या म्हणाली “ते खरं, पण तरीही तो एकदा का माझ्याकडं आला की पुन्हा माझ्याचकडे येईल अशी माझ्याजवळ किमया आहे!”

“बघू दाखव तुझी किमया!”

त्यानंतर पोस्टमन जेव्हा या गोवेकरणीकडं येतो तेव्हा नाटककाराने भरपूर ‘फाजील’ डायलॉग्ज त्या दोघांच्या तोंडी घातलेले आहेत.

ती म्हणते, “तुम्हाला रोज एक नवं घर आवडतं म्हणे!”

“हो, अगदी खरं आहे! व्यवसायामुळे अनेक घरांचे उंबरठे झिजवण्याची सवय जडलेली आहे”

“पण पत्र टाकणं आणि इथं येणं यात काही फरक नाही?”

“तसा थोडा फरक आहेच की! पण खरं सांगू ! रोज एका नवीन ठिकाणी जाण्यात गंमत असते. त्यात तोचतोपणा नसतो. हे गिऱ्हाईक पुनःपुन्हा आपल्याकडं यावं म्हणून ती अत्यंत अतिथ्यशील आणि विनम्र असते- बरं वाटतं अशावेळी!”

“पण माझ्याकडे एकदा येऊन गेलेले गिऱ्हाईक पुनः पुन्हा माझ्याकडेच यायला मागतं!”

“असेल तसंही, पण माझ्याबाबतीत ते घडणं असंभव!” टोपी खुंटीला अडकावून तो म्हणतो.

“रोज किती पत्र वाटप करता?”

“त्याला काही माप नाही. शिवाय रोज पत्रच वाटप करतो असंही नाही. कधी रजिस्टर्स असतात, कधी व्ही. पी. असतात तर कधी मनीऑर्डरी!”

“अस्सं ? पण काय हो, रोज इतक्या ठिकाणी जाऊन तुमचे पाय दुखत असतील नाही?”

"आता सवय झालीय. सुट्टीच्या दिवशी मात्र दुखतात!"

"आज सुट्टीचा दिवस नाही ना?" ती विचारते.

"छे! मघाच ड्युटीवरून उतरलो."

"एका ड्युटीवरून उतरता आणि दुसऱ्या ड्युटीवर चढता!" ती मिस्कील हसते. तो तिला जवळ घेऊन म्हणतो, "हं चल आता. मला तुझ्याशी वेळ घालवायला सवड नाही. घरमालक रात्री अकरा वाजले की फाटकाला कुलूप लावतो."

"लावेना का, इथेच झोपा रात्री!"

"इथे? आणि सकाळी अंघोळ कुठं करू?"

"मी देईन पाणी गरम करून!"

तो क्षणभर विचार करून म्हणतो, "पण मी तुझ्या इथे मुक्काम टाकल्यामुळे तुझ्या धंद्याला अडचण नाही ना होणार?"

"छे! छे! मी रोज फक्त एकच गिऱ्हाईक धरते!"

"असं?" असं म्हणून तो तिला जवळ घेतो. तिच्या पाठीवरून हलकेच हात फिरवतो. तिचे गोरे गोरे मांसल दंड दाबतो. तिचा केशसंभार हुंगतो. यावेळी प्रेक्षकांना वाटतं की आता तो तिचं चुंबन देखील घेणार पण भारतातल्या सेन्सॉर बोर्डानं चुंबन सोडून सर्व प्रकारचा फाजीलपणा करायला चित्रपटांना आणि नाटकांना संमती दिल्यानं पोस्टमन व चुंबन सोडून तिच्याशी बाकी सर्व चाळे करतो. प्रेक्षक कणाकणाने तापत असतात. दोघेही इतका जिवंत अभिनय करतात की, प्रेक्षकांना आपण त्या पोस्टमनच्याच जागी आहोत असा भास होऊ लागतो. जोडीने ते नाटक पहायला आलेल्या जोडप्यांनी कित्येकवेळा थिएटरात दुसरं काही करता येत नाही म्हणून एकमेकांचे हात घट्ट धरून ठेवल्याचेही प्रसंग घडले. शेवटी तो प्रणय अशी एक उंची गाठतो की, प्रेक्षकांना वाटतं की आता आपल्याला स्टेजवर आजपर्यंत कधीही दाखवलं गेलं नाही असं दृश्य दिसणार. पण ते दाखवलं तर दिग्दर्शकांचं कौशल्य ते काय? ज्याक्षणी तो तिच्या साडीला हात घालतो त्या क्षणी स्टेजवर अंधार होतो आणि फिरत्या रंगमंचावर दुसऱ्या दिवशीची सकाळ उजाडलेली असते.

दुसऱ्या प्रवेशात भानगड गल्लीतल्या त्या वेश्या एकमेकींना रात्रीचे अनुभव सांगत बसलेल्या असतात. गिऱ्हाइकांच्या गमती-जमती सांगताना त्यांच्यात चेष्टामस्करीला ऊत आलेला असतो. त्यातल्या त्यात दारूड्या गिऱ्हाईकांच्या लीला ऐकताना एकेकीची हसून हसून पुरेवाट होत असे. त्यावेळी एकीनं रात्री तिच्यात विसरलेल्या एका गिऱ्हाईकाची टोपी आतून आणली, ती फुटबॉलसारख्या किक मारून उडवली आणि ती म्हणाली, मला म्हणतो कसा मेला, 'मी फुटबॉल फार छान खेळत होतो!' "घे, मलाही येतो खेळायला तो!"

"तुझ्याशी खेळला असेल की मग?"

"छे !" दुसरी म्हणाली, "हिच्याशी फुटबॉल कसला खेळतो! तो खेळला असेल....!"

तर सांगण्याचा मुद्दा असा की, भागनड गल्ली हे नाटक अतिवास्तव वाटावं यासाठी लेखकांनी, दिग्दर्शकांनी कोणतीही गोष्ट हातची राखून ठेवलेली नव्हती.

गोव्याहून नव्याने भानगड गल्लीत रहायला आलेल्या वेश्येचं काम करीत होती मीनाक्षी! तिचा नवरा मनोहर हा नाटकाचा निर्माता आणि दिग्दर्शक होता. तो इतका पुरोगामी होता की, मराठी नाटकसृष्टीला वास्तववादी करण्यासाठी रंगभूमीवर आजपर्यंत कधीही न दाखवलं गेलेलं दृश्य दाखवायची त्याची तयारी होती. अन् ते काम करायची त्याच्या पत्नीची -मीनाक्षीची तयारी होती.

पोस्टमनचे काम करणारा नट होता प्रभू दाणी, प्रभू रंगभूमी आणि रजतसृष्टी या दोन्हीत चमकलेला होता. पोस्टमनचं काम तो इतक्या तन्मयतेने करी की, प्रेक्षकांना खरोखरच तो पोस्टमन आहे, असा भास होई! डोक्यावरून मागं सरकलेली ती तांबड्या काठाची खाकी टोपी, खिसे वगळलेला खाकी कोट, गुडघ्यावर पोंगा आलेली खादीची खाकी पॅट, खांद्याला 'आ ' वासून राहिलेली बटवड्याची थैली. वावरताना त्याचा अभिनय अतिशय नैसर्गिक असा होई.

प्रभू दाणी आणि मीनाक्षी यांचा प्रणयप्रसंग हा नाटकातला 'क्लाय

मॅक्स' होता. अन् आता स्टेजवर काहीतरी खळबळजनक घडणार असं ज्याक्षणी वाटायचं त्या क्षणीच तो प्रवेश संपून दुसरा प्रवेश सुरू व्हायचा! प्रेक्षकांना थोडंसं चुकल्याचुकल्यासारखं वाटायचं. तसंच त्या नाटकात काम करणाऱ्या एका कलावंतालाही वाटायचं! अन् तो कलावंत होता प्रभू दाणी!

त्याला आपण रंगभूमीवर वावरतो आहोत याची जाणीव असे. मीनाक्षीशी प्रणयाचे चाळे करताना तो कथानकाशी जरी एकरूप होत होता, तरी हळूहळू त्याच्या मनामध्ये एक विचित्र अशी विकृती निर्माण होऊ लागली. मीनाक्षीबद्दल त्याच्या मनात आसक्ती निर्माण झाली. मीनाक्षी दिसायला तशीच 'चिकणी' होती. गोरी, किंचित गिड्डी, गोल चेहऱ्याची, रसरशीत ओठांची मीनाक्षी अभिनय करताना स्वत:ला विसरून जायची! तिला आपण नाटकात काम करतो आहोत याचं भानच रहायचं नाही. प्रभूच्या गळ्याभोवती हात टाकून ती आपला माथा त्याच्या छातीवर टेकवून लाडेलाडे म्हणायची, इतकी गिऱ्हाईकं केली पण तुमच्या इतका जीव कोणावर जडला नाही!''

पण प्रवेश संपला की, मीनाक्षी ते सर्व क्षणात विसरून जायची, मनोहरची ती धर्मपत्नी होती. तिला एक लहान मुलगीही होती.

भानगड गल्लीचे नव्याण्णव प्रयोग झाले. शंभरावा प्रयोग एखाद्या मोठ्या माणसाच्या उपस्थितीत करायचा, अन् त्यासाठी सर्व प्रेस रिपोर्टर्सना बोलवायचं असं मनोहरनं ठरवून टाकलं होतं. या शंभराव्या प्रयोगाचे वेळी तो कलावंतांचाही सत्कार करणार होता. महाराष्ट्रातले एक मंत्री केंद्रसरकारात होते. त्यांना ललित साहित्याची आणि नाट्यकलेची विशेष आस्था असल्यामुळे त्या समारंभाचे अध्यक्षस्थान त्यांनीच भूषवावे, अशी विनंती करण्यासाठी मनोहर दिल्लीला गेला होता.

मीनाक्षी शिवाजीपार्कला अगदी चौपाटीलगतच्या ब्लॉकमध्ये रहात होती. बेबी झोपल्यानंतर ती जेवली. मसाल्याच्या सुपारीची चिमूट तोंडात टाकून ती पेपर वाचत आरामखुर्चीवर पडली. नाटकाच्या सवयीमुळे तिला रात्री बारा वाजल्याशिवाय झोप येत नसे.

पश्चिमबाजूची खिडकी उघडी होती. समुद्रावरून येणारा वारा सुखद वाटत होता. आता चार दिवसांनी होणाऱ्या शंभराव्या प्रयोगाबद्दल तिच्या

मनात विचार घोळत होते.

इतक्यात दारावरची बेल वाजली.

दाराच्या डोळ्यांतून तिनं पाहिलं, बाहेर प्रभू दाणी उभा होता.

दाराचा बोलट काढून मीनाक्षीनं त्याला आत घेत विचारलं, "प्रभू, अशा अवेळी का आलास? काही कमी जास्त नाही ना घडलं?"

प्रभू शांतपणानं आत आला. नेहरू शर्टाचं वरचं बटण काढून खिडकीजवळ जाऊन उभा राहिला आणि म्हणाला,

"काय मस्त वारा येतो ग?"

"हो, पण तू आता यावेळी का येणं केलंस?"

"खरं म्हणजे ते ओळखण्याइतपत तू सुज्ञ असशील असं मला वाटलं होतं!"

"म्हणजे? मी नाही समजले तुला काय म्हणायचं ते?"

"मीना नव्याण्णव प्रयोग झाले नाटकाचे; पण प्रत्येकवेळी रात्री मी घरी आलो की अस्वस्थ व्हायचो! आज मी ठरवलंय मीना नव्याण्णव प्रयोगाचे वेळी स्टेजवर मी तुझ्याशी जी गोष्ट केलीय असं सुचित केलं होतं ती आज प्रत्याक्षात करायचीय. मला!"

खिडकीशी पाठमोरा होत प्रभू म्हणाला.

"अरे, तुझं डोकंबिकं बिघडलंय का आज?"

"काही म्हण, पण मला आज माझी अस्वस्थता शांत करायची आहे!"

"प्रभू, प्रभू अरे तुला कसं समजत नाही, मी मनोहरची लग्नाची बायको आहे, मला मुलगी आहे. मी मनोहरशी अत्यंत एकनिष्ठ आहे!"

"ते सगळं मला ठाऊक आहे; पण तरीही मी आज माझी वासना पूर्ण करून घेणार आहे!" असं म्हणून प्रभू दाराजवळ आला. नुसतंच पुढे ढकललेलं दार त्याने आतून बोलट लावून बंद केलं आणि तो मीनाक्षीला कुशीत घ्यायचा प्रयत्न करू लागला, तशी ती त्याला दूर ढकलत म्हणाली, "अरे वेड्या, स्टेजवर आपण अभिनय करत होतो तो. मी नाटक संपल्यावर एका क्षणात विसरूनही जात होते! त्या गोष्टी का लक्षात ठेवायच्या असतात?"

"मी ठेवलेल्या आहेत, मीना, उगाच वेळ लावू नकोस. अकरा वाजता माझा घरमालक पुढचं फाटक बंद करतो." प्रभू नाटकातला डायलॉग म्हणाल्यासारखा बोलला.

"प्रभू, मी तुला हात जोडते, पायावर डोकं ठेवते तुझ्या. पण असलं काहीतरी विचित्र करू नको. मनोहरला समजलं तर काय वाटेल याची थोडीतरी कल्पना कर!"

"केलीय! त्याला काही वाटणार नाही. रोज भरगच्च झालेल्या थिएटरात शेकडो प्रेक्षकांसमोर तो तुला माझ्या गळ्यात गळा घालायचे स्वातंत्र्य देतो. एक दिवस मी खाजगीरित्या तेच केलं तर त्याला त्यात वावगं वाटायचं काय कारण आहे?'

"अरे; पण.....!"

"मीना, मी तुझं हे पुराण ऐकायला आलो नाही."

"चल, उगाच वेळ घालू नकी बोलण्यात!" असं म्हणून प्रभूनं तिच्या ब्लाऊजला हात घातला. तेव्हा ती म्हणाली, "मी ओरडेन. लोकांना जमा करीन!"

"मीना, लोकांनी तुझं नि माझं नाटक खूप वेळा पाहिलंय. या शिवाजीपार्क भागात बरेच नाट्यप्रेमी रसिक राहतात. 'भानगड गल्लीत' आपण स्टेजवर काय काय करतो! हे त्यांना ठाऊक आहे. उलट तू बोंब मारून स्वतःची अब्रू मात्र घालवून घेशील. समज तू लोक जमवलेस आणि त्यांना मला धरून पोलिसांच्या हवाली केलं, तर काय होणार आहे? मी पोलिसांना सरळ सांगून टाकणार,'मनोहर दिल्लीला गेलेला आहे, आज तू वस्तीला ये' असा तू निरोप दिला होतास म्हणून मी इथे आलो बोल, एवढा सगळा खटाटोप करायचाय् की सरळ......."

असं म्हणत प्रभूनं तिच्या कमरेभोवती विळखा घातला आणि तिला आपल्या बाहुपाशात पकडलं. त्यानं तिच्यावर चुंबनांचा अक्षरशः वर्षाव केला. तिला अलगद उचलून कॉटवर ठेवली आणि तिच्या साडीला हात घातला तेव्हा ती शेवटचा असा एक क्षीण प्रतिकार करून म्हणाली, "झालं एवढं पुरे झालं! तुला आपण काय करतो आहे याचं भान उरलेलं नाही रे

प्रभू!''

तिच्या प्रतिकाराला न जुमानता तृप्त झालेल्या प्रभूने तिला केव्हाच विवस्त्र केले होते.

नंतर एक दीर्घ नि:श्वास सोडून तो म्हणाला, ''बस्स! आता समाधान झालं!''

बाजूला पडलेली साडी परकरावर नेसताना मीना म्हणाली, ''आता उद्या शंभरावा प्रयोग करतेवेळी माझी अवस्था काय होईल याची कल्पना आहे का तुला?''

प्रभू हसत हसत म्हणाला, ''मला काय करायचंय ते घेऊन? आता तृप्त झालोय मी. एक अर्धा कप दूध असलं तर देशील का!''

''स्वयंपाकघरात जाळीच्या कपाटात आहे, घे जा!''

''दुसऱ्यानं स्वयंपाकघरात वावरलेलं चालतं तुला?''

''कृपा करून मला बोलायला लावू नको. हवं असलं तर दूध घे आणि जा! मेहेरबानी कर!''

डोळ्यांवर आडवा हात मारून मीनाक्षी कॉटवर पडून राहिली होती. प्रभूनं स्वयंपाकघरात जाऊन अर्धा कप दूध घेतलं आणि तो बाहेर आला. आरशासमोर उभं राहून त्यानं केस विंचरले आणि मीनाक्षीजवळ येऊन म्हणाला, ''चाललो मी!''

मीनाक्षीच्या डोळ्यांतून घळघळा अश्रू वहात होते. प्रभू तिच्याजवळ आला आणि तिच्या गालाचं चुंबन घेऊन म्हणाला,

''जे झालं ते नाटकात झालं समज! पुन्हा या आयुष्यात मी तुझ्याकडून ही अपेक्षा करणार नाही. अगदी प्रॉमिस !!''

असं म्हणून त्याने तिचा हात हातात घेतला आणि तो झर्रकन निघून गेला.

मीनाक्षीने उठून दार बंद करून घेतले. टेबलावर तिचा अन् मनोहरचा एकांतात काढलेला फोटो होता. त्या फोटोकडे टक लावून कितीतरी वेळ ती पहात राहिली.

तिसऱ्या दिवशी मनोहर दिल्लीवरून आला. तो मोठ्या खुषीत होता.

मंत्रिमहोदयांनी कार्यक्रमाचं अध्यक्षपद स्वीकारलेलं होतं; पण त्याच दिवशी त्याच्या हातात प्रभू दाणीचं पत्र मिळालं. पत्रात त्यानं त्रोटक लिहिलं होतं,

"मनोहर. काही अपरिहार्य कारणामुळे मी यापुढे 'भानगड गल्लीत' काम करू शकणार नाही !

प्रभू दाणी.

मनोहर प्रभूच्या त्या पत्रामुळे जवळ जवळ ओरडतच स्वयंपाकघरात आला आणि म्हणाला, "प्रभ्यानं हा काय तमाशा लावला आहे?"

"काय झालं?" भाजी चिरता चिरता मीनानं विचारलं.

"यापुढं भानगड गल्लीत काम करणार नाही म्हणतोय."

"या शंभराव्या प्रयोगाला तरी करणार आहे की नाही?"

"ते काहीच लिहिलेलं नाही यात ! मीना, अगं तुला कल्पना नाही. ते नाटक केवळ तुझ्याच अभिनयावर चालतं असं नको समजू! त्यात प्रभूचाही सिंहाचा वाटा आहे! काही झालं तरी यापुढंही त्याने भानगड गल्लीत काम करायला हवंय! पुढचे जवळ जवळ ऐंशी प्रयोग बुक झालेत!"

"पण नाही म्हणतो तर काय करणार आहेस?" संथपणानं मीनाने विचारलं.

"हरामखोर वेळ साधून घात करतो आहे!"

"बरोबर बोललास!"

"पण मीना, काही झालं तरी त्यानं पुन्हा आपल्यासोबत काम करायला हवं गं!"

"मी काय करू त्यासाठी!"

"तू स्वत:! त्याच्याकडं जा आणि त्याला विनंती कर!"

"हंऽऽऽ!" मीनानं हुंकार सोडला आणि ती पुढं बघून भाजी चिरत राहिली. मनोहरला तिच्या त्या वागण्याचा अर्थच समजला नाही. तो तिच्याकडे वेड्यासारखा पहात राहिला कितीतरी वेळ!

❖❖❖

त्या भुंकण्याचा अर्थ !

कोणत्याही नवख्या गावी गेलो, की दोन गोष्टी मी अगदी न विसरता करीत असतो! एक म्हणजे त्या गावात अन् गावच्या आसपास पायाने खूप भटकतो अन् दुसरी गोष्ट जर तेथे कोर्टकचेरी असेल तर तिथल्या कोर्टात जाऊन चाललेलं एखादं दिवाणी अगर फौजदारी काम ऐकतो!

भटकण्यामुळे गावचा परिसर परिचयाचा होतो. कोर्टात हजर राहिल्यामुळे त्या परिसरातल्या लोकांच्या स्वभावाची थोडीफार कल्पना येते. लोक भांडतात ते योग्य अशा कारणासाठी की केवळ आपल्या कोकणातले लोक भांडतात तसे, क्षुल्लक कारणावरून, कोर्टात हजर राहिल्याने तात्काळ समजते. रत्नागिरीजवळच्या एका खेड्यातला तंटा म्हणे सुप्रीम कोर्टापर्यंत गेला होता. दावा सुरू केला होता तो आजोबाने. निकाल लागला तो नातवाच्या हयातीत. खटल्याला हजारो रुपये खर्च झाले होते. तो दावा होता फक्त दोन हात रुंद नि दहा हात लांब अशा परड्यातल्या जागेबद्दल! तेव्हा पायी फिरण्याने गावची भौगोलिक स्थिती समजते अन् कोर्टात हजर राहण्याने तिथल्या नागरिकांची 'सायकॉलॉजी' समजते. हे माझे आपले दोन्ही गोष्टी जाणण्याचे साधे अन् सोपे तंत्र!

पालनपूरला मला जाण्याचा योग आला तो एकोणीसशे पन्नासच्या सुमारास! गुजराथमधले हे एक प्रमुख गाव! पूर्वी इथं नबाबाचं राज्य होतं पण संस्थान विलीन झाल्यानंतर पालनपूर हे भारतीय संघराज्यात विलीन झालं! पण एखादं संस्थान किंवा जहागीर भारतीय संघ राज्यात विलीन झाली म्हणून तिथल्या लोकांचे स्वभावविशेष बदलणार होते थोडेच?

पालनपूरच्या दिवाणी कोर्टासमोर मला चिक्कार गर्दी जमलेली दिसली. मनात म्हटलं, 'चांगला सेन्सेशनल दावा चाललेला दिसतो. घुसावं त्या गर्दीतून!' तसा महाराष्ट्रीयन माणूस थोडा घुसखोरच! एकदा मनात आलं की मग मागे पुढे न पहाणारा! अन् थोडीफार घुसखोरी केल्याशिवाय जगात जमतं तरी कुठं?

इतक्या गर्दीतून आत घुसलो अन् पदरी दडली ती निराशा! त्या दाव्याचं कामकाज गुजराथीतून चाललं होतं! मला तशा सर्वच भाषा अर्ध्याकच्च्या समजतात, पण त्या दाव्याचं कामकाज समजण्याइतपत माझं गुजराथीचं ज्ञान परिपक्व नव्हतं!

तो दिवाणी दावा दोन श्रीमंत शेजाऱ्यांमध्ये होता आणि दाव्याला कारण झाले होते एक कुत्रा आणि एक कुत्री! हे मात्र मला तात्काळ समजलं.

जिज्ञासू माणसाला अर्धवट ज्ञान नेहमीच अस्वस्थ करतं, माझीही स्थिती अगदीच तशीच झाली होती!

त्यावेळी मी एल.एल. बी च्या दुसऱ्या वर्षाचा अभ्यास करीत होतो. सर्वसाधारण सिव्हिल म्हणजे दिवाणी दावे कोणत्या प्रकारचे असतात, याची मला कल्पना होती. पण दोन श्रीमंत शेजारी, झगडतात, भांडतात ते कुत्र्यावरून, हे का? हे कोडे मला काही उलगडेना! त्या दाव्याची पार्श्वभूमी समजून घेण्यासाठी मी उतावीळ झालो.

कोर्टात माझ्याशेजारी एक गृहस्थ बसले होते. त्यांना मी माझ्या मोडक्या तोडक्या हिंदीत विचारलं.

''है जी, ये लोग क्यू झगडते है?'' तो हसला आणि माझ्याकडे रोखून पहात त्यानं विचारलं,

''आप कहाँके रहनेवाले?''

''महाराष्ट्र का! क्यू!''

''गुजराथीत बोलला नाहीत म्हणून विचारलं!'' अंगावर एकदम थंड पाण्याचा सुखद शिडकावा झाल्यासारखे वाटले, त्या मराठी बोलीने!...

मी त्या गृहस्थाचा हात एकदम हातात घेऊन विचारलं,

''तुम्हीही महाराष्ट्रातलेच?''

“होऽऽऽ पुण्याचा! इथं गेली सहा सात वर्षे वास्तव्य करून आहे. बिल्डिंग कॉंट्रॅक्टस् घेत असतो. हा जो दावा चालला आहे तो माझ्या घरासमोर राहणाऱ्या दोन शेजाऱ्यांचा! खरं म्हणजे मला कोर्ट खटल्यांचा तिटकारा आहे. पण हा खटलाच इतका विचित्र आहे की कोणालाही तो शेवटपर्यंत ऐकत रहावं असं वाटेल. साक्षीदार लोक जाबजबाब कसे देतात हे ऐकण्याची उत्कंठा वाटली. आता न्यायाधीश निकाल काय देणार आहेत याकडं लक्ष लागून राहिलेले आहे!”

“असला हा खटला आहे तरी कसला?” मी.

“तुम्ही सुरुवातीपासून ऐकलेला नाही?”

“छे ऽऽऽ ! आजच मी कोर्टात आलो!”

“मग आजचं कोर्टाचं काम संपल्यानंतर माझ्यासोबत चला. मी तुम्हाला या खटल्याची सर्व पार्श्वभूमी सांगेन! अगदी माझ्या घरासमोर रहाणारे आहेत हे वादी आणि प्रतिवादी.”

“इट वुईल बी ए ग्रेट प्लेजर!” मी बोलून गेलो.

आम्ही दोघे बोलत असतानाच त्या खटल्याचे त्यादिवशीचे कामकाज संपले. ते गृहस्थ म्हणाले, “चला. आपण जाऊ. जाता जाता मी तुम्हाला या दाव्याची हकिकत सांगेन! तुम्ही सिगारेट ओढता?”

“नाही!”

“पान खाता?”

“नाही.”

“मग काय करता? ”

“काहीच नाही !”

“मग करता तरी काय?” गंमतीनं गृहस्थानी विचारलं.

“मी वकिलीच्या दुसऱ्या वर्षाचा अभ्यास करतो! आणि छंद म्हणाल तर फक्त दोन पायांनी भटकणे आणि कोर्टातले दावे, खटले ऐकणे!”

“न समजणारे खटले ऐकण्यात काय अर्थ असतो?”

“जर यदाकदाचित तुमच्यासारखा ते समजणारा मित्र भेटला तर थोडा फार अर्थ निर्माण होतो!”

"ओह! वॉट ए वंडरफुल रिप्लाय! आपलं नाव काय?"

"सदानंद!"

"वंडरफूल! म्हणजे नेहमी आनंद!"

"करेक्ट! माझ्या नावाचं आपण बरोबर विश्लेषण केलेलं आहे. आपलं नाव?"

"माझं नाव विवेक!"

"नाईस मि. विवेक, आपली भेट अन् ओळख झाली याचा फार आनंद झाला."

"थँक्स!"

कोर्टाच्या हॉलमधून बाहेर पडल्यानंतर मी विचारलं "विवेकराव बोला, काय आहे या दिवाणी खटल्याची हकिकत! विवेक माझा हात हातात धरून म्हणाले, "मिस्टर सदानंद, असा दिवाणी दावा आजपर्यंत या भागात काय पण या प्रांतातदेखील घडलेला नसावा याची मला खात्री आहे."

"पण आहे तरी कसला हा दावा?"

"तो असा रस्त्यावरून चालता चालता सांगण्यासारखा मुळीच नाही, तुम्ही उतरलात कोठे?"

"माझ्या मेव्हण्यांच्याकडे. ते डेप्युटी कलेक्टर आहेत!"

"त्याच्याकडे फोन आहे?"

"हो थ्री सेवन टू त्यांचा नंबर!"

"दॅटस् गुड! वुई वुईल गिव्ह होम ए रिंग फ्रॉम माय रेसिडन्स! यू वुइल हॅव्ह डिनर ॲट माय रेसिडेन्स, अँड आफ्टर दॅट आय वुईल नॅरेट यू द होल केस!"

"थँक्स यू सर!"

विवेकरावांचा बंगला रेल्वे स्टेशनच्या पलीकडे होता. बंगला मोठा होता पण बंगल्यात दोनच माणसं होती. एक विवेकराव अन् त्यांच्या पत्नी वनिताभाभी.

विवेकरावांनी गेल्या गेल्या बंगल्याच्या मुख्य प्रवेशद्वाराशी उभ्या असलेल्या आपल्या पत्नीशी माझी ओळख करून दिली.

"वनिता, हे मिस्टर सदानंद! पुण्याचे आहेत! सहज कोर्टात भेट झाली!''

"तुम्ही आजही कोर्टात गेला होता?''

"मग? जरी त्या खटल्याची सर्व पार्श्वभूमी माहीत असली तरी कोर्टात काय काय घडतं हे जाणून घेण्याची उत्कंठा आहेच की?''

"काय मेलं असल्या घाणेरड्या दाव्यात ऐकायचं असतं?'' वनिता वहिनींनी विचारलं

"वनिता, अगं या दाव्याची हकिकत ऐकायला कोर्टात इतकी चिक्कार गर्दी जमते की, काही विचारू नकोस! या दाव्यात झगडणारे वादी आणि प्रतिवादी शहाणे की, ज्यांच्यामुळे हा दावा निर्माण झाला ते कुत्रे शहाणे असा प्रश्न निर्माण झालेला आहे आता! बरं ते राहू दे. हे मिस्टर सदानंद आज आपल्याकडं जेवायला राहणार आहेत. जेवणानंतर आम्ही गप्पा मारत बसणार आहोत. बऱ्याच दिवसांनंतर मला माझ्या मायबोलीचा माणूस भेटलेला आहे!''

वनिताभाभी स्वयंपाकघरात निघून गेल्यानंतर विवेकरावांनी माझ्या मेव्हण्यांना मला फोन करायला सांगितलं. कोपऱ्यातल्या फोनकडे बोट करून ते म्हणाले,

"तुम्हाला परत जायला वेळ झाला तर उगाच शोधाशोध सुरू होईल, त्यापेक्षा अगोदरच फोन करून कळवा, यायला उशीर होईल...''

बोलता बोलता विवेकराव थांबले आणि नंतर म्हणाले,

"सदानंद असं केलं.....?''

"कसं?'' मी विचारलं.

"रात्री अवेळी परत जाण्यापेक्षा आजचा दिवस इथंच राह्यलात तर? सकाळी उठून चहा घेऊन जा! हवं तर सकाळी मी तुम्हाला माझ्या मोटारसायकलवरून सोडायला येईन. तुमच्या मेव्हण्यांचीही ओळख होईल कसं?''

"उगाच तुम्हा लोकांना त्रास!'' मी म्हणालो.

"छोडो यार! मराठी मुलखातला माणूस बाहेर अनोख्या प्रदेशात

भेटल्यानंतर किती आनंद वाटतो याची तुम्हाला कल्पना येणार नाही. गुजराथचा हा सांबरकाठ सुपीक अन् समृद्ध आहे. दूध-दुभतं, भाजीपाला, कडधान्यं स्वस्त अन् विपुल मिळतात. माझ्या या व्यवसायानंही मला चांगलाच हात दिलेला आहे. पण एका गोष्टीची खंत वाटते-मायबोली ऐकायला नाही मिळत! तेव्हा मी तुमच्यावर काही मेहेरबानी करतो आहे असं मुळीच समजू नका. मेहेरबानी करता आहात ते तुम्ही. इतके दिवस अमृताचे बोल ऐकण्यासाठी आतुरलेले कर्ण आज तृप्त होत आहेत!''

माझ्या पाठीवर हात ठेवून ते म्हणाले, ''तुम्हाला जेवण व्हेज लागतं की, नॉनव्हेज?''

''हे पहा मी तुमचा पाव्हणा आहे, तुम्ही द्याल ते मला आवडेल!''

''चॉईस इज युवर्स!''

''ओ केऽऽऽ !''

वनिताभाभी किचनकडे गेल्या होत्या. त्या दिशेनं टाळी वाजवून विवेकराव म्हणाले, ''विनीऽऽऽ एखादी नॉनव्हेज डिशही बनव!''

मी कोपऱ्यातल्या फोनवरचा रिसीव्हर उचलून डायल फिरवला. 'आजची रात्र मी विवेकरावांच्याकडे राहणार आहे' असा निरोप दिला. तेव्हा माझे मेव्हणे म्हणाले, ''तुझी कमालच आहे सदानंद! कुठेतरी रस्ता चुकशील या अनोख्या गावात असं वाटत होतं तर तू इथं चक्क मुक्काम करण्या इतकी मैत्री जोडलीस?''

फोन बंद करून मी हॉलमध्ये येऊन बसलो. विवेकराव मोठा 'रिफाइन्ड' माणूस वाटत होता. त्यांच्या बोलण्या चालण्यात एकप्रकारची ग्रेस होती, आपुलकी होती. उगाच मराठी बोलला म्हणून कोणालाही घरी आणून जिव्हाळा दाखवणं कोणाच्याही दृष्टीनं अव्यवहारीपणाच ठरलं असतं. पण विवेकरावांना माणसं चांगल्या तऱ्हेने ओळखता येत असली पाहिजेत याची मला खात्री वाटली.

''मिस्टर सदानंद, ही लुंगी घ्या. बी ॲट इज! हवं तर स्नान करून घ्या. मीही आता स्नान करणार आहे! रोज घरी परतल्यानंतर स्नान करण्याची सवय आहे मला !''

"काय गंमत आहे बघा.'' हसत हसत मी म्हणालो, "तुमच्या अन् माझ्या सवयी अगदी एकसारख्या आहेत. मलादेखील दोन्ही वेळ स्नान करण्याची सवय आहे, ते देखील थंड पाण्याने!''

"वंडरफुल आपली तार जमली ती त्यामुळेच! ते बाथरूम! शॉवर चालू आहे आणि हा टॉवेल!'' विवेकरावांनी मला परीटघडीचा टॉवेल आणून दिला.

आम्ही दोघांनीही स्नान उरकलं तेव्हा दत्ताच्या फोटोपुढे उदबत्ती फिरवून झाल्यानंतर विवेकराव मला म्हणाले, "आचमन करू या थोडं थोडं?''

"कसलं आचमन?'' विवेकराव कोणत्या अर्थानं 'आचमन' करूया म्हणत होते, हे समजण्याइतपत मी निर्बुद्ध नव्हतो.

विवेकरावांच्या सोबत मी त्यांच्या घराच्या गच्चीकडे जाता जाता म्हणालो.

"पुणं सोडून इतक्या दूर कसे काय आलात?''

त्यावर विवेकराव हसून म्हणाले, "सदानंद मी प्रयत्नवादी माणूस आहे, तरीही दैववादावर माझा कधी कधी विश्वास बसतो. सहा वर्षांमागं मी इथल्या एका सरकारी बिल्डिंगचं टेंडर भरलं होतं. ते काम वर्षभरात आटोपलं, पण या वर्षात इथल्या अनेकजणांच्या ओळखी झाल्या. इतरही काही कामं आली. चार पैसे मिळाले. दोन वर्षांपूर्वी लग्न केलं आणि बायकोला इकडंच घेऊन आलो, दैववादावर विश्वास बसतो तो यासाठी की माझ्या कर्तृत्वासाठी नियतीनं हीच जागा मुक्रर केली असली पाहिजे! काय?''

"खरं आहे तुम्ही म्हणता ते!'' मी सहज म्हणालो.

विवेकरावांनी व्हिस्कीची बाटली खोलली, ग्लास भरले, सोडा ओतला आणि मला चिअर्स करून एक घोट घेतला आणि म्हणाले, "सगळ्या योगायोगाच्या गोष्टी असतात झालं. आज तुम्हाला इथल्या कोर्टात येण्याची बुद्धी व्हावी आणि त्या गर्दीत माझ्याजवळच तुम्ही का येऊन बसावं? तर हे सारं ठरलेलं असतं झालं!''

"बरं, मला आपण ज्या कारणास्तव आज इथे ठेवून घेतलंत तेच

कदाचित विसरून जाल!'' मी त्यांना आठवण देत म्हणालो -

''छे ! छे ! असं होणार नाही! आय वुईल बिगिन जस्ट नाऊ.''

सूर्यास्तानंतर पालनपूरची पश्चिम दिशा किंचित जांभळी झाली होती. आता ती किरमिजी दिसू लागली. हवेत किंचित गारवा दाटला होता. निरभ्र आकाशात एक एक चांदणी उमटू लागली होती. वातावरण अत्यंत प्रसन्न असं होतं.

''हांऽऽऽ सदानंदराव, ते बघा समोरचे दोन बंगले! या डाव्या बाजूच्या बंगल्यात रहातात ते वैकुंठलाल, उजव्या बाजूच्या बंगल्यात रहातात ते चिमणभाई! दोघेही इथले प्रतिष्ठित नागरिक आहेत. दोघांचा व्यवसायही एकच आहे, धान्याचा व्यापार! दोघेही राजकीय कार्यकर्ते आहेत पण भिन्न पक्षाचे! तेव्हा राजकारणातही प्रतिस्पर्धी आणि व्यापारातही यांची स्पर्धा यामुळे या दोघांच्यात विस्तव आड जात नव्हता असं म्हटलं तर अतिशयोक्ती होणार नाही!''

''मग या दोघांनी बंगले एकमेकांच्या शेजारी का बांधले?'' मी विचारलं.

''तेही इर्षेवर! पुढे गंमत तरी ऐका! एकानं जे केलं ते दुसरा अट्टहासाने करणारच! त्या दोघांच्या बायका नवऱ्यांपेक्षा कांकणभर चढ! दोघी जातात मात्र एकाच क्लबात! एकमेकींशी जेवढ्यास तेवढं बोलतात पण हातचं राखून!

चार वर्षांपूर्वी वैकुंठलालभाईंनी एक देखणा कुत्रा बेंगलोरवरून आणला. रोज संध्याकाळी साखळीला धरून ते कुत्र्याला फिरायला घेऊन जाऊ लागले. झालं ! चिमणभाईच्या भाभींनी ते कुत्रं पाहिलं, आणि चिमणभाईच्यामागे लकडा लावला 'आपल्यालाही असाच कुत्रा हवा' शेवटी चिमणभाई कुत्र्यासाठी बेंगलोरला गेले आणि त्याच जातीचं कुत्रं घेऊन आले. पण झालं काय तर वैंकुठभाईंना मिळाला नर आणि चिमणभाईंना मिळाली मादी! पण त्या दोघांच्या दृष्टीने नर आणि मादी यातला फरक गौण होता. जी कुत्र्याची जात शेजाऱ्यांकडं आहे तीच आपल्याकडं आहे यातच खरं समाधान होतं!''

''वंडरफुल!'' एक सिप घेऊन मी म्हणालो.

"खरी गंमत पुढे आहे." तेही एक सिप घेऊन पुढं सांगू लागले." त्यानंतर ती पिल्लं झाली मोठी. रेनी सिझनमध्ये मादी हीटला आली. आपल्याशेजारी आपल्याच जातीचा नर आहे हे तिला वासावरून कळत होतं. शिवाय तो नरही आपल्या शेजारी आपल्याच जातीची प्रणयोत्सुक मादी आहे, हे समजून चुकला होता."

"ग्रेट! हे सगळं खरं की काल्पनिक?"

"अहो मिस्टर, या सगळ्या फॅक्टस् रेकॉर्डवर आलेल्या आहेत. यातलं काल्पनिक असं काहीही नाही!"

"बरं मग, पुढं काय झालं?"

"पुढं काय? रात्रंदिवस तो वैकुंठभाईचा कुत्रा आपल्या बंगल्यातून जोरजोराने भुंकायचा आणि चिमणभाईची कुत्री तितक्याच जोराने भुंकून त्याला प्रतिसाद द्यायची!"

"हॉरिबल! पुढे?"

"पुढे काय? दोन्ही कुत्र्यांचे मालक वैतागले. शेजाऱ्यापाजाऱ्यांची झोप उडाली, पण या चिमणभाईना किंवा वैकुंठभाईंना असं वाटेना की या दोन मुक्या प्राण्यांना एकत्र येण्याची संधी द्यावी. त्यांना त्यात कमीपणा वाटत होता. पण एक दिवस चमत्कार घडला.

"चिमणभाईंची कुत्री बागेच्या कंपाऊंडमध्ये झाडाखाली बांधली होती. ती वैकुंठभाईंच्या कुत्र्यानं गच्चीवरून बघितली आणि त्यानं मानेला हिसडे देऊन साखळी तोडली आणि तो सरळ चिमणभाईच्या कंपाऊंडमध्ये घुसला."

"आणि?" मी आश्चर्यानं विचारलं.

"आणि काय? जे व्हायचं ते झालं, पण निसर्गानं या बिचाऱ्या जातीला एक शाप देऊन ठेवलेला आहे ना? प्रणयाराधन चोरून केलं पण चव्हाट्यावर आलं झालं. चिमणभाईच्या माळ्याचं त्याकडं लक्ष गेलं, आणि तो ओरडला. बंगल्यातून चिमणभाई काठी घेऊन बाहेर आले. ती ओरड ऐकून वैकुंठभाईही काठी घेऊन धावले."

"अरेरे! काय माणसं म्हणायची की जनावरं!"

"बघा ना? एकमेकांवर काठ्या उगारत होते आणि ते बिचारे प्राणी

केविलवाणी तोंडं करून त्यांच्याकडे पहात होते!''

''याबाबत दावा झाला काय?''

''छे ऽऽऽ ! यापुढचं अधिक इंटरेस्टिंग आहे!''

''आणि काय घडलं?'' मी विचारलं.

''तो प्रकार संपला! आपापली कुत्री घेऊन मालक लोक परतले. पण चिमणभाईंची कुत्री गाभण राहिली. तेव्हा वैंकुठभाई म्हणाले, ''त्या पिल्लांवर आपली मालकी राहणार. कारण होणारी पिल्लं आपल्या नरापासूनची आहेत!'' तर चिमणभाई म्हणाले, ''पिल्लावर मालकी माझी, तुमच्या नराने अतिक्रमण केले!''

''कमाल आहे लोकांची! एवढं त्या होणाऱ्या पिलांबद्दल भांडायचं कारण काय होतं?'' मी विचारलं.

''अहो असं कसं म्हणता? त्या जातीच्या एक एक पिल्लाला पाचशे रुपये येतात! शेवटी हा वाद कोर्टात गेला झालं!''

''मग आता काय होणार?''

'सांगतो, दावा दाखल झाल्यावर नंतर त्या कुत्रीला तीन पिल्लं झाली. वैकुंठभाईंनी ती पिल्लं आपल्याला मिळायला हवीत असा दावा केला आहे आणि चिमणीभाई म्हणतात, त्या पिलांवर तुमचा काडीइतका हक्क नाही! दोन्ही बाजूंचा पुरावा संपलेला आहे. आज कोर्टात तक्रारीही झाल्या दोन्ही बाजूंच्या! कोर्ट काय आता निकाल देणार आहे, ते पहायचं! तुम्हाला काय निकाल होईल असं वाटतं?'

मी माझा ग्लास रिकामा केला आणि हसत हसत म्हणालो, ''दोन्ही बाजूचे लोक कुत्री पाळायला लायक नाहीत आणि 'प्रिव्हेंशन ऑफ क्रुएल्टी टु ॲनिमल्स' (मुक्या प्राण्यांचा छळ प्रतिबंधक कायदा) या ॲक्टखाली दोघांनाही दंड व्हायला हवा!''

''दॅटस् इट! पण आता त्या तीन पिल्लांच्या मालकाबाबत न्यायाधीश काय निकाल देतील असं वाटतं तुम्हाला?''

''काही कल्पनाच करता येत नाही! आता उद्या काय होतंय ते पहायचं!''

विवेकरावांच्यासारख्या एका दिलदार माणसाचा परिचय घडल्याने आणि वनिताभाभींच्या हातचे सुग्रास भोजन खाण्याचा योग आल्यामुळे मी सुखावलो होतो खरा. पण अंथरुणावर पडल्यानंतर मला झोप काही केल्या येईना!

उद्या कोर्ट कोणता निकाल देणार, या विचारांची जिज्ञासा लोंबकळत राहिली होती.

मध्यरात्रीच्या सुमारास सारं शांत झालं अन् समोरच्या दोन्ही बंगल्यांतून ती कुत्री भुंकल्याचा आवाज ऐकू येऊ लागला. मी त्या भुंकण्याचा अर्थ लावण्याचा प्रयत्न केला. ती कुत्रा आणि कुत्री म्हणत असतील, पिल्लं आमची. त्यासाठी तुम्ही माणसांनी का झगडावं? सत्ता आणि संपत्ती हे विषय वर्षानुवर्षे अनेक पिढ्यान्पिढ्या तुम्हा माणसांना झगडायला पुरेसे आहेत की! आम्हा मुक्या प्राण्यांना कोर्टकचेऱ्या कशाला दाखवता?

खरंच, असाच त्या भुंकण्याचा अर्थ असेल का?

किल्ली

कारंजी हे सुताच्या अन् चादरीच्या कारखान्याचं गाव! गेल्या दहा-पंधरा वर्षांत या गावची लोकसंख्या इतकी भरमसाठ वाढलीय की दुर्गापूर या जिल्ह्याच्या ठिकाणावरून प्रत्येक अर्ध्यातासाला एक एस. टी. सुटते. तितक्याच तिकडूनही दुर्गापूरला येतात. सकाळी सहा वाजल्यापासून ते रात्री दहा वाजेपर्यंत दुर्गापूर ते कारंजी आणि कारंजी ते दुर्गापूर अशी एस. टी. गाड्यांची ये -जा एकसारखी सुरू असते. तरीही दुर्गापूरच्या आणि कारंजीच्या एस. टी. स्टँडवरचे या गावी जाणाऱ्या उतारूंचे बाकडे नेहमी भरलेले असतात.

दुर्गापूरवरून कारंजीला सकाळी अकरा वाजता जी एस. टी. सुटते ती एक्सप्रेस आहे. वाटेत ती कुठेही थांबत नाही. कारंजी गावी फॅक्टरीत जाणारे काही अधिकारी, शाळा मास्तर, वकील अन् सकाळच्या कॉलेजसाठी कारंजीवरून दुर्गापूरला आलेल्या विद्यार्थ्यांना परत जायला ही एक्सप्रेस गाडी फारच सोईची होती. एरव्ही दुर्गापूर ते कारंजी हे वीस मैलांचं अंतर तोडायला एस. टी. ला जवळ जवळ पाऊण तास ते तास लागत असे. तर ही एक्सप्रेस एस. टी. बरोबर अर्ध्या तासात कारंजीत पोचत असे. अधल्या मधल्या सीटस् घेण्याचा प्रश्नच नव्हता. तेव्हा या गाडीवर येणाऱ्या कंडक्टरला थोडा आराम मिळत असे. प्रत्येक स्टॉपवर तिकीट फाडणे, ते बिल भरणे अशी तीच ती कामे करावी लागत नव्हती.

या एक्सप्रेस एस. टी. ला जाणारे प्रवासी मोजकेच आणि नेहमीचेच असत.

अरुणला 'द न्यू इंडिया विव्हिंग अँड स्पिनिंग मिल' मध्ये लेबर

ऑफिसरची नोकरी लागली. लॉ ग्रॅज्युएट झाल्यानंतर त्याने प्रॅक्टिस करण्याएवेजी लेबर वेलफेअरचा डिप्लोमा घेतला आणि अर्ज केला. अरुणला फारसे 'मस्काफिकेशन्स' किंवा वशिलेबाजीचा अवलंब न करता त्या प्रायव्हेट मिलमध्ये नोकरी लागली याचं मुख्य कारण म्हणजे त्याचं तरुण वय आणि प्रसन्न व्यक्तिमत्त्व! सदैव हसतमुख अरुणला आयुष्यात आजपर्यंत कसलीच अडचण भासली नव्हती. वडील लहानपणी वारले. घरी आई आणि लहान दोन बहिणी याची जबाबदारी अरुणवर पडली. पण नोकरी करून शिक्षण घेणाऱ्या अरुणने कधीही कसल्याही गोष्टीची कुरकूर केली नाही. नाही म्हणायला दुर्गापुरात त्यांच्या मालकीचं एक छोटंसं जुनं घर होतं. आई व लहान बहिणीसमवेत तो तिथंच राहात असे.

कारंजीला नोकरी लागल्यानंतर त्याला क्षणभर वाटलं की, आपण बिऱ्हाडच कारंजीला हलवावं. पण कारंजी गावी भाड्यानं घर मिळणे जवळ जवळ अशक्यच होतं. साध्या लहान तीन खोल्यांना दीडशे रुपये मोजावे लागले असते आणि तेही चाळीत ! तेव्हा दुर्गापुरातलं स्वत:चं घर दुसऱ्याला भाड्यानं देऊन आपण बिऱ्हाड उचलून कारंजीला राहायचं हे काही केल्या त्याला पटेना. शिवाय दोन लहान बहिणींच्या शिक्षणाची आबाळ होणार होती ती निराळीच.

कारंजी गाव फोफाट्यानं वाढलं होतं. पण अशा उद्योगधंद्यांमुळे पसरणाऱ्या शहरांना शिक्षण किंवा इतर सांस्कृतिक कार्यक्रमात फारसं स्वारस्य नसतं. प्रत्येकजण आपले यंत्रमाग चाराचे सहा केव्हा होतील किंवा महिन्यासाठी जे उत्पन्न मिळतं ते दुप्पट कधी होईल, या विवंचनेत गढलेला असायचा. शिक्षणाची आस्था असलेली कारंजीतली काही मुलंमुली तिथल्या शाळा-कॉलेजात न जाता दुर्गापूरला जाणं पसंत करीत. प्रत्येक अर्ध्या तासाला बस असल्यामुळे केवळ जाता येता एक तास प्रवासाचा त्रास सोडला तर दुर्गापूरसारख्या शिक्षणाचं माहेरघर असलेल्या गावी जाणं येणं केव्हाही हिताचंच होतं.

अरुणने दुर्गापुरात राहून रोज कारंजीला अकराच्या एक्स्प्रेसनं जायचं ठरवलं. प्रथम त्यानं महिन्याचा पास मिळतो का याची चौकशी केली. पण

एस. टी. खात्यामार्फत त्याला सांगण्याचं आलं की पास पद्धत फक्त विद्यार्थ्यांसाठीच आहे. तेव्हा अरुणला रोज जवळ जवळ पाच रुपये खर्चावे लागणार होते. पण कुटुंबाचं स्वास्थ्य न बिघडवता आपल्या एकट्यालाच जो प्रवासाचा त्रास होईल तो घ्यायचा, असा त्यानं निर्णय घेतला होता.

त्यादिवशी तो बाकड्यावर बसला. ओळखीचे चेहरे न्याहाळत. नजर भेट होताच काही चेहरे स्मित करायचे. पण एक व्यक्ती मात्र रोज या एक्स्प्रेसला जात असूनही प्रवाशांशी स्मित न करता एखादं पुस्तक उघडून बाकड्यावर वाचत बसलेली असे. वीस एकवीस वर्षांची, नाकात हिऱ्याची चमकी घातलेली ती सुस्वरूप तरुणी कोणत्यातरी कॉलेजातील विद्यार्थिनी आहे, हे समजणं अरुणला फारसं कठीण नव्हतं.

रोज एकाच रस्त्यावरून प्रवास करणाऱ्यांना रस्त्यावरची तीच ती झाडं, वाटेवर लागणारी गावं, वळणं पाहून 'बोअर' व्हायला लागते. त्यापेक्षा एखादा कथासंग्रह किंवा कादंबरी हाताशी असलेली बरं, या विचाराने अरुणने एकदम दोन डझन 'जेम्स हॅडले चेस' च्या डिटेक्टिव्ह कादंबऱ्या घेऊन टाकल्या. एक कादंबरी चांगली आठ दिवस तो वाचत राही.

अकराच्या एक्स्प्रेसला कारंजीला येणाऱ्या या दोन प्रवाशांची, अरुणची अन् त्या मुलीची नजरानजर खूप वेळा झाली अन् मग अरुणला एखादे दिवशी ती दिसली नाही की चकचुकल्यासारख वाटू लागलं. तिलाही डोळ्यांसमोर इंग्रजी डिटेक्टिव्ह कादंबरी धरून हळूच आपल्याकडे नेत्रकटाक्ष टाकणारा हा रुबाबदार तरुण दिसला नाही की कसंसंच वाटे अगदी कळत नकळत गुलाबाच्या कळीनं उमलावं तसे या दोघात मूक अनामिक असे नाते निर्माण होत होते, याची जाणीव होती ती फक्त दोघांनाच!

असेच दोन महिने गेले. ग्रीष्म संपला. थंड हवा सुटू लागली. ढगांचे थवे पश्चिमेकडून पूर्वेकडे धावू लागले. हळूहळू पावसाला प्रारंभ झाला. मग रोज जा-ये करणाऱ्यांना छत्र्या, रेनकोट सोबत घेऊन यावे लागू लागले. स्टँडवर सारी किचकिच व्हायची. एक्स्प्रेस गाडीदेखील दहा-वीस मिनिटं लेट होऊ लागली.

त्यादिवशी अरुणने आपला रेनकोट काढून हातात धरला. समोर

जागा होती ती तिच्या शेजारीच. तो तिथ जाऊन बसला.

"फारच जोर धरलाय आज पावसनं' काहीतरी बोलायचं म्हणून तो बोलला.

"हो," काहीतरी बोलायला हवं म्हणून तीही बोलली.

"कंटाळा येत असेल नाही रोज यायचा?" अरुण.

" मी हाच प्रश्न तुम्हाला विचारला तर का उत्तर द्याल ?"

किंचित अबोल आणि मुग्ध भासणारी ती चटकन असा प्रतिप्रश्न करेल याची अरुणला कल्पनाच नव्हती, तो हसला आणि म्हणाला.

"कंटाळा आला असता, पण प्रवासात एक माणूस सोबत असतं, निदान एकवेळ तरी म्हणून कंटाळा येत नाही. बहुधा तुम्ही उत्तर दिलं असतं, तर असं माझ्यासारखंच दिलं असतं असं वाटतं!"

यापुढची पायरी! ती अगोदर आली तर बाकावर त्याच्यासाठी जागा धरीत असे. पुस्तक, वह्या किंवा छत्री ठेवून. तो अगोदर आला तर आपली ब्रीफकेस ठेवून तिच्यासाठी जागा धरीत असे.

गाडीतून जातानाही एकत्र बसल्याशिवाय त्यांना आता चैन पडेनासं झालं. पावसाळा संपला, ऑक्टोबर उजाडला. एव्हाना ते एकमेकांना नावाने संबोधू लागले.

"उषा, मी पुढच्या आठवड्यापासून एक महिना येणार नाही." अरुण एस. टी. त तिच्या शेजारी बसल्या बसल्या म्हणाला.

"का?"

"मालकांची इच्छा आहे की, मी त्यांच्या नांदेडच्या ब्रँच ऑफिसमध्ये एक महिना काम पहावं."

"कोण मालक आहेत तुमचे?"

"एक नाही, चांगले चार आहेत चार! मी जात नाही म्हणालो तर सरळ घरी जा म्हणतील. एकालाही दयामाया नाही. एकापेक्षा एक लक्षाधीश आहेत."

"कोण आहेत ते सांगाल की नाही?"

"दि न्यु इंडिया विव्हिंग अॅन्ड स्पिनिंग मिल्सचे संचालक!"

उषा त्या उत्तरावर हसू लागली. ती का हसते आहे समजेना.

"हसायला काय झालं उषा?"

"गंमत झाली."

"कसली?"

"उद्या सांगते."

"म्हणजे उद्यापर्यंत माझी जिज्ञासा टांगती ठेवणार तर तू!"

"एका दिवसानं काय होणार आहे?"

दुसऱ्या दिवशी उषा त्या बसलाच नव्हती. अरुण फारच अस्वस्थ झाला. अशी ती अधूनमधून एखाददुसरा दिवस कॉलेजला गुंगारा मारत असे, पण त्यादिवशी मात्र ती आली नाही म्हणून त्याला बेचैन वाटू लागलं.

कारंजीच्या स्टँडवर उतरून तो मिलमध्ये आपल्या टेबलावर जाऊन बसला. शिपायानं समोर फाईल्स आणून ठेवल्या, आणि त्या सोबत एक चिठ्ठीही त्याच्या हाती दिली. त्याने ती अगोदर वाचली. मिल्सचे एक भागीदार मगनलाल शेठ यांची चिठ्ठी होती,

'See me in the Office......'

अरुण मगनलाल शेटजींच्या एअर कंडिशन्ड ऑफिसमध्ये जाऊन उभा राहिला. स्प्रिंगच्या खुर्चीवर मागे रेलून पाहात ते म्हणाले,

'Please sit down......'

संकोच दर्शवत अरुण टेबलाच्या पलीकडील खुर्चीवर बसला.

"मिस्टर अरुण, मी तुम्हाला आमच्या नांदेड ऑफिसमध्ये एक महिना पाठविण्याचं ठरवलं होतं. पण आता मी ठरवलं आहे की, तुम्हाला कायमचं तिकडं पाठवायचं!"

"साहेब... मला ते फार अडचणीचं होईल. दुर्गापुरात माझ्या घरी कोणी पुरुष माणूस नाही."

"पण तुम्हाला इथं ठेवण्याचं मला त्याहीपेक्षा अडचणीचं होणार आहे."

"ते कसं काय साहेब?"

'ड्रॉवरमधली एक वही काढून टेबलावर भिरकावत मनगलाल शेठ

म्हणाले, ''ही वही वाचा, ही डायरी आहे.... माझ्या मुलीची.... उषाची.!''

अरुण एकदम सर्द झाला. एस. टी. त रोज भेटणारी, जिच्याशी आपले प्रेमाचे नाजूक धागे गुंतले आहेत, ती गिरणीच्या एका भागीदाराची मुलगी आहे हे प्रथमच त्याला समजलं होतं.

''या डायरीत तिनं तुम्हाला पहिल्या दिवशी पाहिल्यापासून ते आजपर्यंत काय काय वाटत गेलं आणि आता तिचा काय निर्धार आहे, हे देखील स्पष्ट लिहिलंय. तुमच्याशीच लग्न करण्याचा निश्चय केलाय तिनं. वास्तविक पाहाता माझ्याजागी दुसरा एखादा असता तर त्यानं तुम्हाला थेट घरीच पाठवलं असतं. पण हे तुमचं वयच असं आहे की, आपण काय करतो आहोत हे समजत नाही. तेव्हा तुमच्या कुटुंबीयांसाठी आणि तुम्ही गरिबीत शिक्षण करून आमच्याकडे नोकरीला आलेले आहात, हे लक्षात घेऊन मी तुम्हाला घरी पाठवण्याऐवजी नांदेडला पाठवत आहे. तुम्हाला नांदेडला जायचं असेल तर घरी जायला मोकळीक आहे.

अरुण खाली मान घालून उभा होता. त्याला काय बोलावं हे समजतच नव्हतं. काही क्षण तो तसाच उभा आहे असं पाहून मगनलाल म्हणाले,

''जा तुम्ही! नांदेडला जायची तयारी करा. नसेल तर तसं आज स्पष्ट सांगा. मला दुसऱ्या कोणाची तरी नेमणूक करावी लागेल. तिकडं फार मोठा लेबर प्रॉब्लेम निर्माण झालाय. कोर्टात केसेस आल्या आहेत. त्या फाईट आऊट कराव्या लागतील.''

तरीही अरुण काही न बोलताच खाली मान घालून उभा.

''का हो.... बोला ना? उषा माझी मुलगी आहे हे कदाचित ठाऊक नसेल म्हणून मी तुम्हाला नोकरीवरून काढून टाकण्याऐवजी नांदेडला धाडतो आहे. पण तुमचं काही तिकडं जायचं लक्षण दिसत नाही.

अरुण खाली मान घालून काही एक न बोलता केबिनच्या बाहेर पडला. एकदम त्याला बाहेरच्या गरम हवेनं गुदमरल्यासारखं झालं होतं. तो आपल्या टेबलावर येऊन बसला. त्यानं शिपायाला पाणी आणायला सांगितलं. पाण्याचा ग्लास संपवला. रुमालाने तोंड टिपून तो खुर्चीवर बसला. डोक्यावरचा

विजेचा पंखा निरर्थक फिरत होता. हवेतला उष्मा तो अरुणच्या माथ्यावर एकत्र आणून सोडत होता.

"साडेपाचशे रुपयांची नोकरी मला दुसरीकडं कुठ मिळणार? अजून बहिणींची शिक्षणं.... मग लग्न! आईची तब्येत अधून मधून बिघडते. नोकरी सोडून काय करू? दुसरीकडं इतक्या तातडीनं मला नोकरी कशी काय मिळणार? नांदेडला जाण्याशिवाय दुसरा मार्गच उरला नाही."

ऑफिस सुटल्यानंतर अरुण दुर्गापूरला जाण्यासाठी एस. टी. स्टँडकडे चालला. इतक्यात त्याच्यामागून एक फियाट गाडी आली आणि ती ब्रेक लागून त्याच्याजवळच थांबली. उषा स्वत: गाडी चालवत होती. अरुणनं आजपर्यंत कधी तिला गाडी चालवताना पाहिलेलं नव्हतं. तो आर्श्चचकित होऊन तिच्याकडे पाहात राहिला. तोच उषानं गाडीचं दार उघडलं आणि त्याला गाडीत बसायची खूण केली. काही क्षण तो तसाच भांबावलेल्या स्थितीत तिच्याकडे पाहात राहिला. तेव्हा ती म्हणाली "Please get in Arun"अरुण तिच्या शेजारी गाडीत बसला आणि गाडी वेगाने पश्चिमेच्या दिशेने, दुर्गापूरच्या रोखानं निघाली."

"आपण कुठं चाललो आहोत?" अरुणनं विचारलं.

"वाट दिसेल तिकडे" उषा बेपर्वाईनं म्हणाली.

"परिणाम काय होईल याचा विचार केला आहेस?"

"अर्थातच."

"पण उषा, तू मगनलाल शेठ काय करतील याचा विचार केला आहेस का?"

"होऽऽऽऽ! होऽऽऽऽ! पूर्ण विचार केला आहे. ते आपल्याला शोधून काढायचा आटोकाट प्रयत्न करतील. जरूर तर पोलिसात तुझ्याविरुद्ध किडनॅपिंगची फिर्याद ठोकणार. पण त्यांना कशा तऱ्हेने उत्तर द्यायचं, त्यांच्याशी कसा मुकाबला करायचा हे सर्व मी ठरवून ठेवलेलं आहे."

"पण तू कोणता निर्णय घेतला आहेस हे तर मला समजू दे."

"पुण्याला जाऊन आपण रजिस्टर पद्धतीने लग्न करायचं! त्यानंतर पुढे काय करायचं ते ठरवायचं आहे."

"उषाऽऽऽऽ!"

"हांऽऽ! हे बघ असले निर्णय झट की पट घ्यावे लागतात. निर्णय घेण्याचा विलंब केला की योजना बारगळून जातात."

"पण शेठजीच्या विरुद्ध उभं ठाकण्याला मी असमर्थ आहे याची तुला कल्पना आहे का?"

"ती पूर्ण आहे. पण मी समर्थ आहे ना! त्यांची नाडी माझ्या हातात आहे. त्यांना वाटतं की आपण फार मोठे व्यवहारी अन् धूर्त आहोत पण व्यापारी माणसांचा व्यवहारीपणा असतो त्यांच्या व्यवसायापुरता मर्यादित. बाहेरच्या जगात त्या व्यवहार ज्ञानाची किंमत शून्य!"

"उषा, तू हा पळून जाण्याचा निर्णय असा घाईघाईनं कसा काय घेतलास?"

"हे बघ अरुण, प्रथम मी डॅडींना सर्व काही सांगितलं. तुझी ओळख कशी झाली, ओळखीचं रूपांतर आपल्या प्रेमात कसं झालं अन् त्यांची परवानगी मागितली."

"ते देतील असं तुला वाटलं?"

"होऽऽ! परवा कारखान्यातल्या एका कर्मचाऱ्याने विजातीय तरुणीशी लग्न केलं तेव्हा आशिर्वाद द्यायला डॅडी हजर होते. त्यांनी पाचशे रुपये आहेर केला त्या जोडप्याला. अशाप्रकारचे विजातीय विवाह समाजात व्हावेत म्हणून त्या प्रसंगी त्यांनी छोटंसं भाषणही त्यावेळी केलं होतं. त्या आधारावर मी त्यांची परवानगी मागायला गेले. पण त्यांना जी सुधारणा हवी आहे ती आपल्या घराबाहेर."

"तरीच त्यांनी मला नांदेडला पाठवायचं ठरवलं."

"नांदेडला पाठवतील किंवा तिकडंच तुझा काटा काढण्याचा प्लॅन करतील. मी ठरवलं, आता थांबून उपयोग नाही."

गाडी पुण्याच्या रोखानं हायवेवरून धावत होती. अरुण भांबावलेल्या स्थितीत उषाकडे पाहात होता. अंधारातून दिव्याचा प्रखर प्रकाशझोत टाकीत गाडीन सातारा ओलांडला तेव्हा अरुण म्हणाला,

"तू त्यांची परवानगी मागून चूक केलीस."

“चूक मुळीच नाही. ते माझे जन्मदाते वडील आहेत. एकदा प्रामाणिकपणे त्यांच्यासमोर मन मोकळं करणं मला भाग होतं. उद्या त्यांना बोलायला जागा राहाणार नाही. ‘मला विचारायचं होतंस? मी परवानगी दिली असती.’ असं म्हणाले तर....?”

रात्रीचे अकरा वाजले असतील. गाडी कात्रजचा घाट उतरत होती, पुण्याचे असंख्य दिवे लुकलुकत होते. घाटातला गारवा अंगाला झोंबत होता. आजपर्यंत अरुणनं असलं साहस करायचं कधीच मनात आणलेलं नव्हतं. किंबहुना ते त्याला अशक्यच होतं. सुरुवातीला उषाच्या वागण्यानं तो संभ्रमित झाला होता. श्रीमंत आणि व्यापारी मनोवृत्तीच्या मगनलाल शेठजींनी जर आपली पाठ धरली तर ते आपल्याला बरबाद केल्याशिवाय राहाणार नाहीत याची त्याला खात्री वाटत होती. पण उषाची जिद्द आणि तिची निर्भयता पाहून आपण भ्याडासारखं वागण्याची त्याला हिंमत होत नव्हती. हळूहळू त्याचीही वीरश्री जागृत झाली.

बघता बघता गाडी घाट ओलांडू लागली. पुण्यात एखाद्या चांगल्या हॉटेलात उतरायचं असं उषानं योजलं होतं. अरुणनं आजपर्यंत जेम्स हॅडले चेसची बरीच पुस्तक वाचली होती. त्यामधून अशी आईबापांपासून पळून जाणारी प्रणयी युगुलं, त्यांचा पाठलाग करणारे त्यांचे आईबाप यांची वर्णन वाचताना बरं वाटत होतं पण प्रत्यक्षात अशा प्रसंगी किती जबरदस्त मनोधैर्य लागते, याची कल्पना नव्हती. कारंजी सोडल्यानंतर उषाच्या वागण्यानं त्याचंही मनोधैर्य हळूहळू वाढू लागलं. घाटातली थंड हवा झोंबू लागली तेव्हा नकळतच तो उषाकडं सरकला आणि उजवा हात तिच्या खांद्यावर ठेवून म्हणाला,

“तुझं हे स्वरूप मला ठाऊक नव्हतं, उषा.”

उषा हसली आणि खांद्यावरच त्याचा हात दूर करत म्हणाली.

‘गाडी चालवताना असा इतका जवळ येऊ नकोस. घाट उतरताना एका क्षणाचं दुर्लक्ष आपल्याला पुण्याऐवजी देवगडला घेऊन जाईल.”

“देवगड इकडं कुठं आलंय?”

“ते कोकणातलं देवगड नव्हे, वरचं! जिथं देव वास्तव्य करतात ते

देवगड....'' हसत हसत ती म्हणाली.

उषा सतत साडेतीन-चार तास ड्रायव्हिंग करत होती. ताशी साठ-सत्तर मैलांच्या स्पीडनं ती गाडी चालवत होती. हेतू इतकाच की पाठलाग होण्यापूर्वी पुण्यात पोचायला हवं होतं.

पण दुर्दैव! ते दोघं पुण्यात पोचताच पोलिसांनी त्यांची गाडी अडवली. हातात लिहून घेतलेल्या कागदावरचा नंबर आणि गाडीचा नंबर एकच आहे. अशी खात्री झाल्यावर इन्स्पेक्टरने बॅटरीचा झोत आत पाडला.

''उषा मगनलाल आपणच? या बाहेर!''

उषानं अरुणकडं पाहिलं. त्याचं मनोधैर्य डळमळू लागलं होतं.

''हवालदार यांना आपल्या गाडीत घाला, आणि पोलीस स्टेशनला घेऊन चला आणि सातारला ट्रंककॉल जोडून मेसेज द्या की, सांगितलेल्या वर्णनाची व नंबरची गाडी आणि गाडीतलं जोडपं आम्ही ताब्यात घेतलं आहे. प्रेमवीर तुमचं नाव काय हो?''

''इन्स्पेक्टरसाहेब, चेष्टामस्करी करण्याचं कारण नाही तुम्हाला. कायद्यानं काय करायचं ते करा, मी सज्ञान आहे. मला माझ्या इच्छेच्या कोणाही तरुणाबरोबर लग्न करता येते.'' उषाने ठणकावून सांगितले.

''जरूर.... कायदा आम्हालाही कळतो, पण आईवडिलांना न सांगता मोटार घेऊन पळून जाणं हे चोरीचं कृत्य मानलं जातं, त्याची काय वाट?''

''गाडी आमची आहे. मला ती कोठेही नेण्याचा हक्क आहे.''

''गावातल्या गावात. प्रियकरासोबत पुणे-मुंबई करता येणार नाही, मिस उषा मगनलाल.''

एक जाडेला हवालदार बाजूला उभा होता. तो अरुणला उद्देशून म्हणाला, ''प्रेमविरानं चिक्की गाठलीय.''

''कसली चिक्की?''

''मगनलाल चिक्की!''

या त्याच्या विनोदावर सारेच स्टाफचे लोक पोट धरून हसू लागले. अशी प्रेमीयुगुलं कधी पोलिसांच्या जाळ्यात सापडली तर त्यांची टिंगल करून टर उडवणे हा पोलिसांचा छंदच होता.

उषा आणि अरुण दोघांची पोलीस कोठडीत रवानगी झाली. पहाटे तीनच्या सुमारास मगनलाल शेठ स्वतः येऊन दाखल झाले. इन्स्पेक्टर त्यांना उत्साहाने पोलीस कोठडीकडे सोडून गेले. त्या दोघांना आत पाहून मगनलाल म्हणाले, ''कुठं पाताळात दडी मारून बसला असतात तरी शोधून काढलं असतं. हरामखोरा, खडी फोडायला पाठवतो आता.'' अरुणकडे बघून मगनलाल गरजले. तेव्हा उषा गजाच्या दाराजवळ आली, आणि फक्त मगनलालनाच ऐकू जाईल अशा तऱ्हेने म्हणाली,

''त्याला खडी फोडायला लावून तुम्हीही बाहेर सुखरूप राहू शकत नाही, डॅडी.''

''का? मी कुठे जाणार आहे?''

''तुम्ही याला तुरुंग दाखवलात तर मलाही तुम्हाला तुरुंग दाखविता येईल. इन्कमटॅक्सचे खोटे हिशोब लिहिलेल्या सर्व वह्या मी इन्कमटॅक्स अधिकाऱ्यांपुढे ठेवणार आहे. गेल्यावर्षी देखील तुम्ही कसे खोटे रिटर्नस् भरले तेही दाखवून देणार आहे. ते सारे कागदपत्र मी घरातून उचलले आहेत.''

उषानं ही धमकी देण्याचाच अवकाश, मगनलाल शेठ चक्कर आल्याने खाली बसले.

'त्या दोघांना सोडून द्यावे. आपली त्यांच्याविरुद्ध काही तक्रार नाही.'असे मगनलालनी लेखी दिले. ते दोघं चौकीतून बाहेर जाताना टिंगल टवाळी करणारं ते पोलिसांचं टोळकं चुपचाप बसलं होतं. त्यातल्या हवालदाराला अरुण म्हणाला.

''आमच्यासोबत यायचं का?''

''कुठं?''

''चिक्की खायला.....'' यावर उषा मनसोक्त हसली.

गाडीच्या किल्ल्या आणि शंभराच्या दहा नोटा मगनलाल शेटजींनी उषाकडं पाठवल्या. पण स्वतः मात्र पुढे आले नाहीत. गाडीत बसून ती सुरू करणाऱ्या उषाकडं बापाचं तोंड बंद करणारी असली कसली किल्ली होती, हे मात्र बिचाऱ्या पोलिसांना शेवटपर्यंत समजलं नाही.

❖❖❖

शाखापल्लव संतोषती

केशवरावांनी घड्याळाकडे पाहिलं. साडेआठ वाजून गेले होते. त्यांच्या दुसऱ्या चहाची वेळ झाली होती. सकाळचा पेपर वाचण्यासाठी आणि दुसऱ्यांदा होणाऱ्या चहाच्यावेळी अगदी न चुकता हजर असणारे विद्याधर जोशी मास्तर आज कसे काय आले नाहीत, याचं केशवरावांना आश्चर्य वाटलं. त्यांनी आपल्या मुलीला हाक मारली,

"अगं नलिनी,"

"जी पप्पाऽऽऽ!" असं म्हणत नलिनी माडीवरून खाली आली आणि केशवरावांच्यासमोर उभी राहिली.

"साडेआठ वाजून गेले, आज जोशी मास्तर कसे काय आले नाहीत पेपर वाचायला?"

"काल त्यांच्याकडे कोणीतरी आलं होतं ना पप्पा! रात्री बसले असतील गप्पा मारत, म्हणून आज उठायला वेळ झाला असेल!"

"तसंही असेल कदाचित, पण मला आज त्यांच्या गैरहजेरीत चहा घेताना चुकल्याचुकल्यासारखं वाटायला लागलं आहे! जरा हाक मारून ये!"

"जीऽऽऽ !" असं म्हणून पायात चपला घालून नलिनी बाहेर पडली.

केशवराव जाधव हे एक सुखवस्तू गृहस्थ होते. गगनबावड्याला त्यांची तीस-पस्तीस एकर जमीन होती, आणि विशेष म्हणजे ती त्यांच्या कब्जात होती. अली कडे त्यांनी आठ एकरांत उसाचं पीक घ्यायला सुरुवात केल्यापासून केशवरावांची आर्थिक स्थिती चांगलीच सुधारली. बाबूजमाल

जवळ त्यांचा जुना वडिलोपार्जित वाडा होता. तो त्यांनी संपूर्ण पाडून त्या जागेवर स्वत:साठी आणि विद्यार्थ्यांना भाड्याने देण्यासाठी नवीन इमारत बांधली. पुढच्या बाजूला ते रहात आणि मागच्या बाजूला सहा खोल्या बांधल्या होत्या. विद्यार्थ्यांना जागा भाड्याने दिल्या की काही कटकट नसते. परीक्षा संपली की बाडबिस्तरा गुंडाळून विद्यार्थी निघून जातात. कुळकायद्याची काही लफडी निर्माण होत नाहीत. म्हणून दोन दोन विद्यार्थी एकत्र राहू शकतील अशा सहा खोल्या केशवरावांनी बांधल्या होत्या. या खोल्यांसाठी मागच्या बाजूला संडास बाथरूमही बांधल्या. यापैकी पाच खोल्या केशवरावांनी विद्यार्थ्यांना दिल्या आणि सहावी मात्र स्वत:साठी ठेवली. त्यांच्याकडे बावडा भागातील काही शेतकरी लोक मुक्कामाला येत तेव्हा आपल्या घराची प्रायव्हसी डिस्टर्ब होऊ नये म्हणून केशवरावांनी ती खोली अशा कधीतरी येणाऱ्या पाहुणे मंडळींसाठी राखून ठेवली होती.

पाच महिन्यांपूर्वी एका संध्याकाळी केशवराव रंकाळ्यावर फिरायला जायच्या तयारीत असताना सत्तावीस अठ्ठावीस वर्षांचा एक प्रसन्न चेहऱ्याचा तरुण त्यांच्याकडं आला आणि त्यांना नमस्कार करून म्हणाला,

"केशवराव जाधव आपणच ना?"

"होऽऽ का? काय काम होतं?' "मी विद्याधर जोशी! नाशिकवरून इकडे आलो आहे.

मला फक्त सहा महिन्यांसाठी आपणाकडे असलेली खोली भाड्याने दिलीत तर बरं होईल!"

केशवराव बंद गळ्याचा गुडघ्याइतका कोट, इराफी विजार आणि पायात पंपशू घालून फिरायला जायच्या तयारीत होते. त्या तरुणाचा विनय, त्याची ती अदबीने बोलण्याची रीत पाहून केशवरावांना त्याला 'माझी ती खोली भाड्याने द्यायची नाही' असं ताडकन् उत्तर द्यावं असं वाटलं नाही ते म्हणाले, "नाशिकचे तुम्ही?"

"होऽऽऽऽ!"

"वेळ आहे का तुम्हाला? मी फिरायला चाललो आहे. बोलत बोलत येत असला तर जाऊ!"

"होऽऽऽ मी तसा मोकळाच आहे!" विद्याधर अदबीने म्हणाला, सरस्वती सिनेमागृहापुढून सरळ पश्चिमेच्या रोखाने जाताना केशवरावांनी विद्याधरला विचारलं, "सहा महिन्यांसाठी काय काम काढलंत कोल्हापुरात?"

"मी नाशिकच्या मॉडर्न हायस्कूलमध्ये गायन मास्तर आहे! इकडे जगन्नाथराव बुवांच्याकडं सहा महिने खास तोडी आणि ठुमरी शिकण्यासाठी राहणार आहे. जगन्नाथबुवा तोडी आणि ठुमरीबद्दल मशहूर आहेत!"

त्यावर केशवराव हसले आणि म्हणाले, "जोशीबुवा, रागदारीचं शिक्षण सहा महिन्यांत घेता येईल असं वाटतं तुम्हाला?"

त्यावर विद्याधर म्हणाला, "त्याची मला पूर्ण कल्पना आहे. शास्त्रोक्त गायन शिकणाऱ्याला हा जन्मसुद्धा अपुरा पडतो. मला सहा महिन्यांत तसं काहीसुद्धा शिकता आलं नाही तरी एवढ्या मोठ्या गायकाच्या सान्निध्यात रहायला मिळालं याचं समाधान तरी लाभेल!"

"हा ऽऽऽ कलावंताच्या सान्निध्यत रहायला मिळणं ही सुद्धा भाग्याचीच गोष्ट आहे म्हणा! हे कलावंत लोक मोठे लहरी आणि विक्षिप्त असतात! तुम्हाला त्यांनी सहा महिने आपल्याकडं यायला परवानगी दिली हेच मुळात आश्चर्य आहे! पण खरं सांगू, तुमचं विनम्र व्यक्तिमत्त्वच असं आहे की कोणालाही तुम्हाला फट्कन दुखवावं असं वाटणार नाही. आता माझंच उदाहरण घ्या ना? इतके विद्यार्थी मला भेटून गेले त्या खोलीबद्दल. तरी मी कोणाला होकार नाही दिला. पण तेच तुम्ही मला विचारलंत तेव्हा 'नाही' म्हणणं मलासुद्धा थोडं कठीण वाटलं!"

विद्याधर हसला आणि केशवरावांच्याकडे पहात म्हणाला, "आपण मला नाही म्हणणार नाही अशी खात्री वाटली म्हणूनच आपल्यापर्यंत आलो!"

"काही हरकत नाही, सहा महिन्यांनी जर परत जाणार असाल तर मी माझ्या पाहुणेमंडळींची किंवा रयताची दुसरी काहीतरी व्यवस्था करीन!"

"आपणाला भाडं किती द्यावं लागेल?" विद्याधरनं विचारलं.

त्यावर केशवराव म्हणाले, "त्या खोल्यांना दरमहा चव्वेचाळीस रुपये भाडं मी आकारतो, प्रत्येक खोलीत दोन विद्यार्थी असतात. प्रत्येकजण

वीस रुपये देतो आणि लाईटचे चार रुपये! ही शाळा कॉलेजातली पोरं बेजबाबदार असतात; निष्कारण लाईट जाळतात. म्हणून मला ही चार रुपयांची आकारणी करावी लागते!''

''मी देईन चव्वेचाळीस रुपये आपणाला!''

''भाड्याचं काही विशेष नाही मास्तर! माझा प्रपंच काही या घर भाड्यावर चालतो असं नाही. शेती आहे बऱ्यापैकी! तुम्हाला मी भाड्याऐवजी एक दुसरा मोबदला मागितला तर द्याल का?''

केशवरावांच्या त्या अनपेक्षित प्रश्नाने विद्याधर आश्चर्यचकित होऊन म्हणाला, ''कसला मोबदला?''

''माझी छोटी मुलगी नलिनी हिला तुम्ही सहा महिने गायनाचे प्राथमिक धडे द्यायचे! मलाही रागदारींची खूप आवड आहे! माझ्या थोरल्या मुलीनं शास्त्रोक्त गाण शिकाव म्हणून मी खूप खटपट केली. पण तिने काही ऐकलं नाही!''

हे दोघं रंकाळा टॉवरजवळून पॅलेसच्या रस्त्याला निघाले. दुतर्फा असलेले गुलमोहोराचे प्रचंड वृक्ष मोहोरले होते. तिकडे क्षितिजावरही गुलाबी रंगाची पखरण झालेली होती. तळ्याचं पाणीसुद्धा लालेलाल दिसत होतं. विद्याधर ते दृश्य पाहून म्हणाला, ''किती प्रसन्न वाटतो हा परिसर! आपण रोज याच रस्त्याने येता फिरायला?''

''हो, मला आवडतो हा भाग. पण तुम्ही माझ्या प्रश्नाचं उत्तर नाही दिलंत मास्तर!''

''अरे हो, विसरलोच हं! आपल्या छोट्या मुलीला गायन शिकवायचं हेच ना? त्यात विशेष काय आहे? मी तिला जरूर शिकवीन आणि भाडंही देईन!''

''छे ! छे ! तसं जमणार नाही! आम्ही कोल्हापूरचे लोक पैशाच्या बाबतीत अगदी निराळे आहोत. पैसे कमवण्यापेक्षा गमवावेत कसे हे बाहेरच्या लोकांनी आमच्याकडून शिकावं!''

विद्याधर त्यावर हसला आणि म्हणाला, ''कोल्हापूरचे सरकार आणि जहागीरदार यांच्या दातृत्वाबद्दल मी खूपच ऐकलेलं आहे! आज आपल्याकडनं

प्रत्यक्ष त्याचा अनुभवच घेत आहे मी!''

त्यावर केशवराव हसले आणि म्हणाले, ''अजून तुम्ही आमचं काय पाहिलं आहे? एकदा एखाद्या माणसाला आपलं मानलं की त्याच्यासाठी काय वाट्टेल ते करायची तयारी असते आमची, पण तो जिव्हाळा मात्र निर्माण व्हायला हवा? जगात बहुसंख्य लोक आपमतलबी आणि स्वार्थी असतात. अशा लोकांचं आणि माझं फारसं जमत नाही!''

सूर्यास्त झाला, तसे केशवराव आणि विद्याधर परत फिरले. येताना केशवरावांनी विचारलं,''तुम्ही जोशी म्हणजे शाकाहारी असाल?''

त्यावर विद्याधर फक्त हसला. तो हसताच केशवराव म्हणाले.

''हं ऽऽऽ म्हणजे तुम्हाला आमचं जेवण चालत असा याचा अर्थ?''

विद्याधर म्हणाला, ''पुण्याला शिकायला होतो तेव्हा सगळे दोस्त खाणारेच होते, त्यांनी दीक्षा दिली झालं!''

''बरं झालं, पण मला सांगा, आताशी मांसाहार न करणारी माणसं शिल्लक आहेत का? त्यात निषिद्ध मानण्यासारखं काहीच नाही. माझी काही मित्रमंडळी आहेत, पण ती चोरून खाणारी आहेत! बरं मास्तर, तुम्ही पेटी वाजवता ना?''

''हो; शाळेत मी पेटीवरच शिकवतो!''

''आपल्याकडे फार उत्तम पेटी आहे! पण आता बरीच वर्षे वापर नसल्यामुळे तिचं काय काय झालंय समजत नाही. पण तुम्ही ती एकदा बघा, आपण दुरुस्त करून घेऊ गरज पडली तर!''

दोघेही बोलत बोलत केशवरावांच्या घराजवळ आले. तेव्हा केशवराव म्हणाले,''जोशीबुवा आज जेवायला कुठं जाणार आहात?''

''अजून ठरलेलं नाही, पण तुमच्या कोल्हापुरी रश्शाची मी भीतीच घेतलेली आहे! भलताच तिखट करतात हो!''

''अहो, ते खानावळी आणि हॉटेलवाल्यांचं तंत्र आहे. पण आमच्या घरी तुम्हाला इतकं तिखट मिळणार नाही! आज रविवार आहे, आमच्याकडेच जेवण करून जा!''

''कशाला उगाच त्रास घेता?'' संकोचून विद्याधर म्हणाला.

तेव्हा त्याला हाताला धरून आपल्यासोबत घरात नेत केशवराव म्हणाले, ''घरची माणसं सोडून रोज दोघेतिघे तरी बाहेरचे लोक जेवायला असतातच! हा आमच्या वाडवडिलांपासूनचा रिवाज आहे, जोशीबुवा! आमचे आजोबा म्हणायचे दुसऱ्याला जेवायला घालायची दानत ज्यांच्यात नाही तो लक्षाधीश जरी असला तरी भिकारी समजावा! तेव्हा बाहेरचं माणूस जेवायला घरी असणं हे आम्हाला भूषण वाटतं!''

घरी आल्यानंतर केशवरावांनी कोटाची बटणं काढता काढता नोकराला हाक मारली, ''अरे, पांडोऽऽऽ ए पांडो पांडोऽऽऽऽ!''

काळी टोपी, चौकड्याचा हाफ शर्ट आणि पांढरी विजार घातलेला एक सोळा सतरा वर्षांचा पोऱ्या पुढं आला.

''बाईसाहेबांना सांग नलिनीला गायन शिकवायला उद्यापासून जे मास्तर येणार आहेत, ते आज रात्री आपल्याकडंच जेवणार आहेत!''

विद्याधरकडं वळून केशवराव म्हणाले, ''जेवण शिल्लक असते हो, पण ताट करण्यापूर्वी वर्दी द्यावी लागते एवढंच! बरं, घरी कोण कोण असतं नाशकाला?''

''मी, आई आणि दोन लहान भाऊ!''

''म्हणजे? अजून लग्न नाही?''

''ठरलंय, पण ते पुढच्या वर्षावर ढकललं!''

''ठीक आहे, म्हणजे अर्ध लग्न झाल्यासारखं आहे!''

विद्याधर त्यावर हसला.

''बरं! तुमचं सामानसुमान कुठं ठेवलंय?''

''तसं काही मी फारसं सामान आणलेलंच नाही! थोडे कपडे, बेडिंग आणि थोड्या गरजेच्या वस्तू, साबण, टूथपेस्ट हे ठेवण्यासाठी एक बॅग, झालं!''

''ते उद्या सकाळी खोलीवर घेऊन या!''

''होऽऽऽऽ!''

डायनिंग टेबलवर लखलखती स्टेनलेस स्टीलची ताटं, चपाती, सुकं मटण आणि वाफा घेणारा रस्सा घालून आणून ठेवण्यात आली.

हात धुवून ते दोघ जेवायला बसले, तेव्हा केशवराव एकदम

आठवल्यासारखं करून म्हणाले, "अहो, जोशीबुवा, तुम्हा लोकांना सुरुवातीला भात लागतो ना? मग भातच आणायला सांगतो, चपाती नंतर खा!"

"नको ! नको ! काही गरज नाही त्याची! मला काहीही चालतं!"

"मग हरकत नाही. पण संकोच बाळगू नका हं!"

जेवायला सुरुवात झाली. विद्याधरने अनेकवेळा सामिष आहार घेतला होता, पण आज अनपेक्षितरित्या या जाधवांच्या घरच्या जेवणाची चव घेताच तो म्हणाला, "सुपूर्ब! साहेब भाग्य माझं, तुमच्यासारख्याची ओळख झाली!"

केशवराव म्हणाले, "या कोल्हापुराला कलापूर म्हणतात जोशीबुवा! आम्ही लहानपणी या पॅलेस थिएटरवर नारायणराव राजहंसांची नाटकं बघितलीत! नंतर त्यांना टिळकांनी 'बालगंधर्व' ही पदवी दिली! याच करवीरात केशवराव भोसले झाले, सरनाईक शंकराव होऊन गेले! आता जगन्नाथरावबुवा आहेतच! चित्रकलेच्या क्षेत्रात म्हणाल तर'आबालाल रेहमान' सारखा जागतिक कीर्तीचा कलावंत इथे होऊन गेला. कलामहर्षी बाबुराव पेंटरही इथलेच. अभिनयातही तेच. बाबूराव पेंढारकरांचा झुंजारराव कधी बघण्याचा योग आला होता का?"

"नाही ऽऽऽ!" विद्याधर जेवता जेवता थांबून म्हणाला.

"अरेरे! आयुष्यात असा रंगभूमीवर आणि चित्रपटसृष्टीत नट होणे नाही! तर सांगायचा मुद्दा समजला का! आम्हा करवीरवासीयांना कलावंत म्हटलं की आदर वाटतो! समजलं?!

विद्याधरने होकारार्थी मान हलवली.

"आता तुमची आमच्या कुटुंबीयांशी ओळख करून देतो,"अहो ऐकलं का, तुम्ही, मालिनी आणि नलिनी इकडे जरा बाहेर या!"

केशवरावांच्या गौरवर्णीय पत्नी डोक्यावरचा पदर सावरीत पुढे आल्या आणि त्यांनी विद्याधरला नमस्कार केला.

"हे विद्याधर जोशा. जगन्नाथरावबुवांच्याकडं सहा महिने राहणार आहेत. आपल्या मागच्या चाळीतल्या खोलीत यांना रहायची परवानगी दिलीय मी! यांच्याकडून भाडं घ्यायचं नाही! यांनी नलिनीला या सहा महिन्यांत जितकं शक्य असेल तितकं शिकवायचं! या सहा महिन्यांत

सारेगम जरी तिला वाजवता आलं तरी पुरे! अरे, माली कुठं आहे?''

इतक्यात आतून सतरा अठरा वर्षांची अत्यंत सुस्वरूप अशी केशवरावांची कन्या पुढे आली आणि तिनं विद्याधरला नमस्कार केला.

''ही आमची जेष्ठ कन्या! यंदा कॉलेजात तिसऱ्या वर्षाला आहे! पेंटिंग करते! लँडस्केप्स्!'' डायनिंग हॉलमध्ये लावलेल्या एका ऑईलपेंटकडं बोट करून केशवराव म्हणाले, ''हे हिचंच! आणखीन खूप आहेत. माझी इच्छा होती हिने रागदारी शिकावी म्हणून! पण हिला आवडतच नाही.''

इतक्यात स्कर्ट घातलेली, बॉबकट केलेली नलिनी पुढं आली, आणि तिनंही विद्याधरला वाकून नमस्कार केला.

''जोशीबुवा, हीच तुमची विद्यार्थिनी हं! नलू, उद्यापासून हे जोशी मास्तर तुला गायन शिकवणार आहेत. सहा महिन्यांत ते तुला किती शिकवणार आहेत आणि तू किती शिकणार आहेस एवढंच मला बघायचं आहे!''

विद्याधर कौतुकानं नलिनीकडं पहात होता. इतक्यात केशवरावांचा मोठा मुलगा भीमराव बाहेरून आला!

''याऽऽऽ सरकाऽऽऽर!'' केशवराव चेष्टेने म्हणाले, ''हे आमचे चिरंजीव! काय करतात हे विचारायच नाही! बापजाद्यांनी घरदार, शेत कमवून ठेवलेल्या पोरांनी काय करायची गरज असते!''

त्यावर भीमरावनं बापाकडं एक तुच्छतापूर्ण दृष्टिक्षेप टाकला आणि पायातले बूट खाड खाड वाजवत तो माडीवर गेला. तो जाताच केशवराव म्हणाले, ''जोशीबुवा, यानं शिकावं म्हणून इतका अट्टहास केला मी पण काही उपयोग झाला नाही! ईश्वर प्रत्येकाच्या मागे एखादी विवंचना लावून सोडता तशी ही माझी विवंचना! किशोर तसा स्वभावानं फार चांगला आहे. जिवाला जीव देईल. धाडस म्हणाल तर गेल्यावर्षी महाराष्ट्रातले सगळे किल्ले पालथे घालून आला आहे, आणि वैशिष्ट्य असं की किल्ले आडमार्गानं चढायचे! याचे मित्रही असेच चमत्कारिक आहेत! पंचगंगेला महापूर आला की पुरात पहिली उडी आमच्या भीमरावाची! आताशी बावड्याला शेतीकडं बघतो अधून मधून! पुढच्या वर्षी याचं लग्न करून टाकतो. नवराबायकोला

शेतातच एक घर बांधून देतो म्हणजे झालं!''

पहिल्या भेटीतच केशवराव आणि विद्याधर जोशी अगदी एकमेकांच्या जवळ आले आणि जसजसे दिवस उलटू लागले तसा त्यांचा घरोबाही दृढ होऊ लागला. नलिनीनं गेल्या पाच महिन्यांत आश्चर्यकारक प्रगती केली होती.

त्यादिवशी विद्याधर केशवरावांना म्हणाला, ''दादासाहेब, पुणे आकाशवाणीनं मला भावगीत गाण्यासाठी पाचारण केलं आहे!''

''अरे व्वाऽऽऽ काँग्रेच्युलेशन्स! मग जा ना!''

''दोन तीन दिवस नलिनीची शिकवणी बुडणार!''

''काहीतरीच काय बोलता जोशीबुवा! नलिनीच्या शिकवणीसाठी तुम्ही आकाशवाणीचा कार्यक्रम नाकारता? तुम्हाला पुण्याला गेलंच पाहिजे!''

या पाच महिन्यांत विद्याधरला आपण या जाधव कुटंबीयांपैकीच एक आहोत असं वाटू लागलं होतं. मध्यंतरी गगनबावड्याला जाधवांच्या शेतावर कसलीशी जत्रा होती. त्यावेळी केशवरावांच्या कुटुंबीयांसमवेत विद्याधरही गेला होता. केशवरावांनी त्याला बाहेर हॉटेलमध्ये न जेवता दोन्ही वेळा आपल्याच घरी जेवावं असा खूप आग्रह केला पण विद्याधर म्हणाला, ''दादासाहेब तुम्ही माझ्यावर जे उपकार केलेले आहेत ते मला या जन्मीसुद्धा विसरता येणार नाहीत!''

त्यावर केशवराव म्हणाले, ''निदान रविवारी संध्याकाळी तरी माझ्या सोबत जेवलं पाहिजे?''

ती अट मात्र विद्याधरने मान्य केली. शिवाय रोज सकाळी आठ वाजता तो पेपर वाचण्यासाठी म्हणून यायचा त्यावेळी केशवरावांच्या दुसऱ्या चहाची वेळ झालेली असे. मग राजकारणावर, वाढत्या लोकसंख्येवर ,भारताच्या परराष्ट्रीय धोरणावर अशा विविध विषयांवर त्यांची चर्चा चाले!

भीमरावची व त्याचीही रास जमली होती. भीमराव एकदा म्हणाला ''मास्तर नाशकात चांगली नोकरी नसली तर या इकडंच! आबांच्या खूप ओळखी आहेत. कुठेही तुम्हाला चांगली नोकरी मिळवून देतील!''

''ते खरं ही भीमराव; पण कसं शक्य आहे ते? घरदार; आई,

लहान भाऊ, सारे नाशकात आहेत त्यांना सोडून इकडं कसा येऊ मी!''

त्यादिवशी साडेआठ वाजून गेले तरी विद्याधर चहासाठी आला नाही म्हणून केशवरावांनी नलिनीला सांगितलं, ''जा बघून ये आज इतका वेळ का झोपले?''

''पप्पा त्यांच्याकडे कोणी मित्र आले होते ना?''

''हांऽऽऽऽऽ तो बापट! पण काल तो परत जाणार होता! दार ठोठावून बघ!''

नलिनी डोळ्यांवर आलेले केस सावरीत परत आली आणि म्हणाली, ''पप्पा, दाराला बाहेरून कुलूप आहे आणि दाराच्या फटीतून मी पाहिलं मास्तर झोपल्यासारखे दिसतात''

''दाराला बाहेरून कुलूप? आणि मास्तर आत झोपल्यासारखे दिसतात?''

केशवराव ताड्कन खुर्चीवरुन उठले. हातात काठी घेऊन ते विद्याधरच्या खोलीकडं आले. नलिनीने सांगितलेली हकिगत सत्य होती. आत कॉटवर मास्तर झोपल्यासारखे दिसत होते. बाहेरून दाराला कुलूपही होतं. तरीही केशवरावांनी दारावर काठी आपटून हाका मारल्या, ''मास्तर आहोऽऽऽमास्तर!'' पण आत काहीच हालचाल दिसेना तसा केशवरावांचा धीर सुटू लागला ते जमलेल्या विद्यार्थ्यांना म्हणाले, ''काहीतरी घाटाळा दिसतो आहे!''

त्यांनी जुना राजवाडा पोलीस स्टेशनला फोन केला आणि खोलीत काहीतरी भयानक प्रकार घडला असावा, अशी शंका व्यक्त केली. जुना राजवाड्याचे सब-इन्स्पेक्टर, दोन हेडकॉन्स्टेबल गाडी घेऊन दहा मिनिटांत हजर झाले. दरवाजाला बाहेरून लावलेलं कुलूप फोडण्यात आलं.

विद्याधरच्या अंगावर डोक्यापासून पायापर्यंत चादर होती. ती उचलून पहाताच केशवरावांना मूर्च्छा आली. विद्याधरच्या छातीत भोसकल्याच्या खुणा होत्या. त्याची गादी रक्तानं भिजून चिंब झाली होती.

केशवराव थोडे सावध झाल्यावर फौजदारांनी विचारलं, ''ते केव्हा पासून आपल्याकडं राहतात?''

''गेले पाच महिने! जगन्नाथबुवांच्याकडं शास्त्रोक्त गाणं शिकवण्यासाठी

नाशिकवरून आला होता.....''

केशवरावांनी फौजदारांना अगदी पहिल्या दिवसापासून ते परवा परवापर्यंत म्हणजे विद्याधर पुणे आकाशवाणीवर कार्यक्रमाला जाईपर्यंत सर्व घटना सांगितल्या आणि ते भरल्या अंत:करणाने म्हणाले, ''कालच रेडिओवर त्याची भावगीतं ऐकली की हो आम्ही! कोणी चांडाळाने हा घात केला असेल हो?''

''यांच्याकडं कोणी मित्र आता होता का?''

''मित्र नव्हे! त्याची याची पुण्याहून कोल्हापुरात जाताना एस.टीत ओळख झाली म्हणे! तोही कुणा नातेवाईकांना भेटण्यासाठी आला होता, हा म्हणाला मी खोलीत एकटाच असतो. या एखादी रात्र गप्पा मारू!''

''नवख्या माणसाला कसं काय बोलावलं?''

''तोही उत्तम तबला वादक आहे म्हणून विद्याधरनं मला सांगितलं होतं!''

''तबला वादक! ठीक आहे! आपण पोलीस स्टेशनवर चला. आपलीच फिर्याद नोंद करून घ्यावी लागेल!''

केशवराव पोलीस स्टेशनवर आले. त्यांनी फिर्याद नोंद केली. परत जेव्हा घरी आले तेव्हा त्यांच्या घरी घरातलंच कोणीतरी माणूस जावं असा शोक सुरू झाला. छोटी नलिनी हुंदके देऊन रडत होती. केशवरावांची मोठी मुलगी मालन हिने तर सकाळपासून तोंडात पाणीसुद्धा घेतलं नव्हतं. काल रात्रीच शेतावरून आलेला भीमरावही कपाळ हातात धरून सोप्याला बसला होता. केशवरावांच्या पत्नीलाही शोक अनावर झाल होता. आता सहा महिन्यांनंतर तो सर्वांना त्र्यंबकेश्वर पहाण्यासाठी आपल्या घरी घेऊन जाणार होता. त्याने आपल्या आईला तसं पत्रंही पाठवलं होतं!

विद्याधर अजातशत्रू होता. त्याचं कोणाशी वैर असण्याचं काहीच कारण नव्हतं. इथे कोल्हापुरात त्याचं कोणा त्रयस्थाकडे जाणं येणंही नव्हतं. मग याचा खून कोणी करावा आणि तो कशासाठी?

फौजदारांच्यासमोर बिकट समस्या उभी होती. शहराच्या मध्यवस्तीत हा खुनासारखा भीषण प्रकार घडल्याने नागरिकांमध्ये घबराट निर्माण झाली

होती. फौजदार आणि वरिष्ठ पोलीस अधिकारी यांची या गुन्ह्याचा शोध लावण्यासाठी बैठक बसली.

डीवाय. एस. पी. म्हणाले, "विद्याधर पुण्याला रेडिओ केंद्रावर गायला गेला, आणि त्यानंतर तो ज्या बापट नावाच्या गृहस्थाला सोबत घेऊन आला, तो बापट शोधायला हवा?"

त्यावर इन्स्पेक्टर म्हणाले, "सर, मला एक शंका आहे!"

"कोणती?"

"विद्याधर नलिनीला रोज संध्याकाठी केशवरावांच्या घरी गायन शिकवत असे. केशवरावांची मोठी मुलगी मालन हिच्याशी त्याचे प्रेमसंबंध जमले असण्याची शक्यता पडताळून पहायला हवी!"

"दॅटस् राईट!" डी. एस. पी. म्हणाले, "केशवरावांनी आपल्या छोट्या मुलीला गायन शिकवण्यासाठीच घरी विद्याधरला आश्रय दिला ही गोष्ट निर्विवाद आहे. मग रोज त्याचं त्या घरी येणं जाणं असताना त्याचे आणि मालिनीचे प्रेमसंबंध निर्माण होण्याची शक्यताही नाकारता येत नाही!"

त्यावर एल. सी. बी. चे सब-इन्स्पेक्टर म्हणाले, "केशवराव कितीही सुधारणावादी असले तरी आपल्या मुलीनं विद्याधरच्या प्रेमात पडावं हे नक्कीच त्यांना रुचणार नाही!"

"शिवाय शेतावर मुक्कामाला असणारा भीमराव त्यासाठी कोल्हापुरात वस्तीला होता!" डी. वाय. एस. पी. नी शंका व्यक्त केली.

"अगदी बरोबर!" डी. एस. पी. म्हणाले, "विद्याधरकडे बापट नावाचा कोणी तबलावादक एक दोन दिवस अगोदर आला होता, हा केशवरावांचाच बनाव नसेल कशावरून! कोणी दुसऱ्यांनी त्या बापटाला पाहिलंय का?"

त्यावर सब इन्स्पेक्टर म्हणाले, "सर, घाऱ्या डोळ्यांचा, किंचित बुटका असा एक माणूस दोन दिवस त्यांच्याकडं मुक्कामाला असल्याचं बाजूच्या खोलीतले दोन विद्यार्थी सांगतात!"

त्यावर इन्स्पेक्टर म्हणाले,"पण हाच माणूस केशवरावांनी धाडलेला नसेल कशावरून?"

“पण सर, मालन ही अत्यंत निर्भीड मुलगी आहे! शिवाय तिला गायन आवडत नाही, ती चित्रकार आहे!”

“आय नो दॅट!” डी. वाय. एस. पी. म्हणाले, “ते मला ठाऊक आहे. पण एक तरुण आणि एक तरुणी वारंवार एकत्रित येऊ लागले की त्यांच्यात आकर्षण निर्माण होणं हे साहजिकच आहे की नाही?”

“आणि ते केशवरावांच्या निदर्शनाला आल्यावर त्यांनी बापट या बनावट आडनावाचा कोणीतरी मारेकरी निर्माण केला नसेल कशावरून?”

“पण सर, प्रथम पुण्याला जाऊन याबाबतीत चौकशी करावी असं मला वाटतं.” या बैठकीत उपस्थित असलेला हेडकॉन्स्टेबल शहापुरे म्हणाला.

“दॅटस् राईट! पी. एस. आय, तुम्ही या शहापुरे हेडकॉन्स्टेबलला सोबत घेऊन तात्काळ पुण्याला जा! रेडिओ केंद्रावर बापटच्या वर्णनाशी मिळत्याजुळत्या अशा माणसाबद्दल काही अधिक माहिती मिळते का ते पहा! आणि तिकडे काहीच लिंक लागली नाही तर मग आपण या केशवराव जाधवांच्या बाबतीत तपास करू! या केशवरावांना समाजात फार मानाचं स्थान आहे! त्यांच्याविषयी लोक फार चांगले बोलतात! आपल्या मोठ्या मुलीचे आणि विद्याधरचे प्रेमसंबंध निर्माण झाल्याचे त्यांच्या निदर्शनास आले असते तर त्यांनी विद्याधरला दोन थोबाडाला देऊन घरातून घालवून दिला असता. खुनासारखा अघोरी प्रकार आणि तोही आपल्या मालकीच्या चाळीत करण्याचा अविचार ते कधीच करणार नाहीत!” हेडकॉन्स्टेबल शहापुरेने जेव्हा हे वक्तव्य केलं तेव्हा सर्व वरिष्ठ पोलीस अधिकारी त्याच्याकडे कौतुकानं पाहात राहिले.

लगेच पुढे शहापुरे म्हणाला, “आणि समजा, केशवरावांना विद्याधरचा खून करायचा होता, तर आपल्या शेतावर गगनबावड्याला घेऊन जाऊन ते काम करणं त्यांना अतिशय सुलभ होतं. त्यांच्या शेतापासून फक्त दोन अडीच फर्लांगावर घनदाट जंगल सुरू होतं. मला त्यांचं ते शेत प्रत्यक्ष माहीत आहे! एकदोनवेळा मी गुन्ह्याच्या तपासासाठी तिकडं गेलो असताना त्यांच्या गुऱ्हाळघरावर थांबलो होतो! तेव्हा सुरुवातीलाच केशवरावांची शंका घेणं मला काही इष्ट वाटत नाही!”

“शिवाय, पुणे आकाशवाणीवर जाऊन तबलावादक बापट मिळतो का ते पहायलाच हवं!”

शेवटी सत्र-इन्स्पेक्टर आणि हेडकॉन्स्टेबल यांनी पुण्याला जावे आणि बापट या गृहस्थाचा शोध घ्यावा असे ठरले.

पुणे आकाशवाणीवर चौकशी करण्यात आली. त्यात बापट नावाचा कोणी तबला कलाकार नसल्याचं आढळून आलं. अशा आडनावाच्या इतर कोणी कलावंतानं कधी कार्यक्रमात भाग घेतला नसल्याचंही समजून आलं.

“शहापुरे, आता काय करायचं?” फौजदारांनी शहापुरेला विचारलं.

“साहेब,आता आपण एवीतेवी बाहेर पडलेलोच आहोत. आता सरळ नासिकला जाऊ!”

“आणि?”

“तिथं बापटच्या वर्णनाचा कोणी गृहस्थ भेटतो का याची चौकशी करू! हे खुनाचं कृत्य करणाऱ्यानं अगदी योजनाबद्ध असं काम केलेलं आहे. तेव्हा तो नासिकचा रहिवासी आहे की काय हे एकदा पडताळून पहायला हवं!”

नासिकाच्या पोलीस क्लबवर फौजदार आणि शहापुरे उतरले. अंघोळ आणि नास्ता उरकून ते दोघे सरळ विद्याधरच्या हायस्कूलकडे गेले. एव्हाना विद्याधरचा कोल्हापुरात खून झाल्याची वार्ता नाशिकला पोचली होती. हायस्कुलात दुखवट्याची सभा घेण्यात आली होती. या सभेत विद्याधरच्या अकाली मृत्यूबद्दल शोक व हळहळ व्यक्त करण्यात आली होती.

हेडमास्तरांना फौजदारांनी आपली ओळख सांगितली आणि ते म्हणाले, “मास्तरसाहेब, या खुनाचा उलगडा कसा करावा या चिंतेत आहोत आम्ही. विद्याधरचे इथे नाशिकमध्ये कोणाशी हेवेदावे तर नव्हते?”

“छेऽहोऽऽऽऽ अजातशत्रू माणूस होता तो! अत्यंत विनयशील, सज्जन आणि सालस. अशा माणसाशी कुणाचं वैर असणार?”

“मग त्याला मारावं तरी कोणी? भाऊबंदकी, जमिनी, घराचे कज्जे वगैरे काही चालले होते का?”

“मुळीच नाही!”

फौजदार हवालदार शहापुरे प्रश्नार्थक मुद्रेने पहात उद्‌गारले, "मग इथपर्यंत येऊन तरी काय उपयोग?"

"आपण त्याच्या आईवडिलांकडे चौकशी केलीत का याबद्दल?" हेडमास्तरनी विचारलं.

"होऽऽ तर! त्याचा खून झाल्याची तार आम्ही पाठवल्यानंतर ते कोल्हापूरला आले होते. आम्ही त्यांचे सविस्तर असे जबाबही घेतलेले आहेत! त्या वृद्ध मातापित्याचं दुःख मला पहावलं नाही. आता पुन्हा त्यांना त्याबाबतीत इथं भेटून दुःख देण्याची इच्छा नाही."

त्यावर हवालदार शहापुरेने हेडमास्तरना एक अनपेक्षित असा प्रश्न विचारला, "मास्तरसाहेब, विद्याधर सहा महिन्यांसाठी कोल्हापूरला गेला. मग त्याच्या गैरहजेरीत शाळेत गायन कोण शिकवतं?"

"आम्ही नगरचा एक तात्पुरता शिक्षक नेमलेला आहे. फक्त सहा महिन्यांसाठी!"

"कोण ते? नाव काय त्याचं?"

"जी. आर. आपटे?"

"जी. आर. म्हणजे?"

"गजानन रामचंद्र आपटे!"

"अच्छा, कुठे आहेत हे गृहस्थ?"

"आता ते वर्गावर गेले असतील. बोलवू का त्यांना?"

"हो, त्यांना जरा बोलवा, एक चार प्रश्न विचारू त्यांना!"

हवालदार शहापुरेने आपटेकडं न्याहाळून पाहात विचारलं,

"तुम्ही अहमदनगरचे राहणारे का?"

"हो ऽऽऽ! अहमदनगरचा मी!"

"तिथ कोण कोण असतं?"

"आई, वडील, बहीण, भाऊ, मोठं कुटुंब आहे आमचं!"

आपटे किंचित बुटका आणि त्याचे डोळे निळसर घारे होते. शहापुरेला आठवण झाली ती केशवरावांच्या चाळीत राहणाऱ्या दोन मुलांनी विद्याधरकडे दोन दिवसांसाठी रहायला आलेल्या बापटच्या केलेल्या वर्णनाशी आपटेचं

वर्णन काहीसं जुळतं-मिळतं होतं!

"मिस्टर आपटे, गेल्या महिन्यात पंचवीस तारखेला आपण कुठे होता?"

"ते आपल्या आई वडिलांना भेटण्यासाठी नगरला गेले होते."

हेडमास्तरनीच त्या प्रश्नाचं उत्तर दिलं आणि आपटेनं होकारार्थी नं मान डोलावली.

"असं असं! आपण वर्गावर जाऊ शकता, आपटे सर!" शहापुरे म्हणाले.

आपटे वर्गावर निघून गेल्यानंतर फौजदार आणि हवालदार शहापुरे हेडमास्तरांचा निरोप घेऊन पोलीस क्लबकडे निघाले.

जाता जाता हवालदार शहापुरे म्हणाले, "साहेब, या आपटेबद्दल तुम्हाला काय वाटतं?"

फौजदार चकित होऊन म्हणाले, "काय वाटणार? हा राहणारा अहमदनगरचा, विद्याधरचा खून झाला आहे कोल्हापुरात, हा नोकरी करतो आहे इथ नाशिकमध्ये! याच्याबद्दल मुळीसुद्धा शंका घेऊ नका हवालदार!"

"तशी एकदम काही शंका घेत नाही मी साहेब, पण हा बुटका आहे, याचे डोळे निळसर घारे आहेत आणि शिवाय गेल्या महिन्यात पंचवीस तारखेपासून ते तीस तारखेपर्यंत हा रजेवर होता....!"

" पण अशी बुटकी आणि निळसर घारे डोळे असणारी माणसं आपल्या देशांत असंख्य निघतील, त्या सर्वांचाच संशय घ्याल तुम्ही ?"

"तसं नाही साहेब! हा गेल्या महिन्यात पंचवीस ते तीस तारखेपर्यंत खरोखरच नगरला गेला होता की काय, याची चौकशी करायला हवी. आपण इथे नाशिकमध्येच थांबा, या आपटेच्या हालचालीवर जरा नजर ठेवा. मी उद्या रात्रीपर्यंत किंवा परवा सकाळी तरी नक्की परत येतो!"

हवालदार शहापुरे आपटेबद्दल उगाच शंका व्यक्त करतो असं वाटल्याने फौजदार म्हणाले, "मला खरोखरच तुमची ही शंका पटत नाही बरं का शहापुरे! तुम्ही या जाऊन, माझी काही हरकत नाही!"

शहापुरेंनी फौजदारेंचं समाधान करण्याचा फारसा प्रयत्न केला नाही.

ते एकटेच नगरला येऊन पोचले. त्यांनी आपटेचं घर गाठलं. आपटेचे आईवडील घरातच होते. शहापुरेनी वडिलांना नमस्कार केला.

"नमस्कार! मी पुण्याचा. विश्वास देशपांडे! माझी अन् गजाननची ओळख झालेली होती. मागे वर्षापूर्वी! तेव्हा तो म्हणाला होता, नगरला कधी आलात तर भेटून जा! कुठय गजानन? बाहेर गेला आहे वाटतं?"

"छे ! छे ! बाहेर गेलेला नाही तो! सध्या नोकरीला लागला आहे नाशिकला! मॉडर्न हायस्कूलात गायन टीचर म्हणून टेंपररी नोकरी लागलेली आहे त्याला!"

"अस्सं? मग इकडे केव्हा येणार?"

"नोकरीला लागल्यापासून तरी आलेला नाही; बघू, मी पत्र धाडलीत त्याला, रजा घेऊन एक दोन दिवसांसाठी तरी येऊन जा म्हणून!"

"गेल्या महिन्याच्या पंचवीस तारखेला गजानन इकडे आला नव्हता?"

"नाहीऽऽऽ! पण आपण हा प्रश्न का विचारता आहात?"

"समजेल! लवकर समजेल!"

हवालदार शहापुरेचा संशय बळावत चालला होता. पण केवळ संशय व्यक्त करून भागणार नव्हतं. विद्याधरचा खुनी कोण? हे कोर्टात निर्विवादपणे सिद्ध करण्याइतपत पुरावा पोलिसांना मिळवणं अत्यावश्यक होत?

इकडे फौजदारांनी आपटेवर फारसा 'वॉच' ठेवलाच नव्हता. कारण त्यांना आपटेचा विद्याधरच्या त्या खुनाशी सबंध असणंच शक्य नाही, याची खात्री वाटत होती.

नगरवरून परतल्यावर शहापुरेनी फौजदारला विचारलं, "लक्ष ठेवलंत त्याच्या हालचार्लींवर? माझा संशय दृढ होत चालला आहे! पंचवीस ते तीस तारखेच्या दरम्यान तो नगरला गेलेला नव्हता!"

"नसेल! पण तुम्हाला ठाऊक नाही, तळेगावला त्याची बायको असते, ती टी. बी. सॅनेटोरीयममध्ये आहे. तिकडं गेला होता तो!"

"हे तुम्हाला कोणी सांगितलं?"

"त्यानंच !"

"पण तुम्ही माझ्या गैरहजेरीत त्याला हा प्रश्न विचारलाच कशाला? सगळा घोटाळा करून ठेवलात!"

हवालदार शहापुरे हा अत्यंत अनुभवी हवालदार म्हणून कोल्हापूर जिल्ह्यात नावाजलेला होता. मोठ्या अक्कलहुशारी खून केलेले खुनी त्याने शोधून काढले होते. याही प्रकरणात तो थेंब थेंब जमा करावा तसा पुरावा जमवत चालला असताना फौजदारांनी आपटेच्या हालचालीवर हवं तसं लक्ष न ठेवता उलट त्याला पंचवीस ते तीस तारखेच्या हायस्कुलातल्या गैरहजेरीबाबत दुसरा खुलासा करण्याची संधी दिल्याबद्दल हवालदार शहापुरे फौजदारावर नाराजी व्यक्त करून म्हणाले, "अठरा वर्षे मी काम करतो आहे. तुम्ही पी.टी एस. मधून गेल्यावर्षी बाहेर पडतात. माझा अनुभव मोठा की तुमचा?"

फौजदार म्हणाले, "अनुभव असेल मोठा, पण नाही त्या माणसावर तुम्ही संशय व्यक्त करू लागलात तर मी त्याच्याशी कसा सहमत होऊ?"

"साहेब, आता कृपा करून तुम्ही इथे प्रतिष्ठेचा प्रश्न निर्माण करू नका. मला जे काही करायचं आहे ते करू द्या, आपण कृपा करून शांत चित्तानं पहात रहा! तर तो तळेगावला गेलो होतो म्हणतो काय? म्हणजे मी इथून नगरला गेलेल्याच दिवशी तो तळेगावला जाऊन आपली 'ॲलिबी' सिद्ध करण्याचा प्रयत्न करून राहिला आहे तर! हरकत नाही. आपण ड्रेस करा! मीही ड्रेस करतो. आज त्याला 'ॲरेस्ट' करून सरळ तळेगावला घेऊन जाऊ. बघू तरी कसला खुलासा तयार केला आहे त्यानं?"

"हवालदार, समाजातल्या एका प्रतिष्ठित माणसावर खुनासारखा भयंकर आरोप करण्यापूर्वी तुम्ही पूर्ण विचार करायला हवा!"

"केलाय तो मी! चला! ड्रेस करा!" हवालदार शहापुरे अधिकार वाणीनं म्हणाले, आणि फौजदारांना आता त्यांच्याविरुद्ध काही 'आर्ग्युमेंटस' करण्याचं धाडस झालं नाही.

आपटेला अटक करताच मॉडर्न हायस्कूलमध्येच नव्हे तर उभ्या नाशकात खळबळ माजली. नाशिक पोलिसांची जीप शहापुरेंनी मदतीसाठी घेतली. अटक केलेल्या गजानन रामचंद्र आपटेसह ते तळेगावला पोचले. फौजदार, हवालदार आणि अटक केलेल्या आपटेला 'एस्कॉर्ट' करणारे

नाशिकचे दोन हत्यारी कॉन्स्टेबल पाहून आपटेची बायको धाय मोकलून रडू लागली.

हातात बेड्या घातलेला आपटे आपल्या पत्नीला म्हणाला; ''वनिता गेल्या महिन्याच्या पंचवीस तारखेपासून ते एकोणतीस तारखेपर्यंत मी इकडं तुझ्याकडं आलो होतो ना? सांग या फौजदारांना आणि हवालदाराला.''

क्षयाने जर्जर झालेली, काही दिवसांनी आपणाला मृत्यू येणार आहे, याची जाणीव झालेली वनिता मोठ्या कष्टाने कॉटवर उठून बसली आणि म्हणाली, ''फौजदारसाहेब, परवा रात्री हे येऊन मला हेच सांगून गेले. 'पंचवीस तारखेपासून एकोणतीस तारखेपर्यंत मी तुझ्याजवळ आलो होतो असं पोलिसांना सांग' म्हणाले. पण माझा आता काही भरवसा उरलेला नाही. अटळ असं मरण अगदी समीप येऊन राहिलंय ! मरण ढळढळीत समोर दिसत असताना मी खोटं बोलण्याचं पाप कशाला माथी मारून घेऊ? हे माझ्याकडं मुळीच आले नव्हते!''

शहापुरेंनी फौजदारांच्याकडं पाह्यलं. फौजदारांनी बिनशर्त शरणागती व्यक्त केली होती. आपटेला कोल्हापूरला आणण्यात आलं. करवीर तालुक्याच्या मामलेदारांनी त्याची आयडेंटिफिकेशन परेड (ओळख परेड) घेतली. त्यात केशवरावांच्या चाळीतील ज्या विद्यार्थ्यांनी विद्याधरकडं दोन दिवस मुक्कामाला असलेला आणि स्वत:चं नाव 'बापट' असं सांगणारा गृहस्थ तो हाच हे त्याला ओळखून सांगितलं.

आता प्रश्न उरला, तो या गजानन रामचंद्र आपटेनं विद्याधरचा खून का व कशासाठी केला?

शहापुरेन याही बाबतीत पूर्ण प्रकाश टाकला. त्यान गजाननला विश्वासात घेऊन खूप विचारण्याचा प्रयत्न केला पण गजानन अजूनही 'तो मी नव्हेच' अशा आविर्भावात वावरत होता, तेव्हा शहापुरेनी त्याला एका खोलीत नेऊन चांगल्या सणसणीत अशा दोन थोबाडीत दिल्या आणि आश्चर्य असं की; गजाननं सारं काही हवालदारांना सांगून टाकलं. तो म्हणाला, ''मीही गेली कित्येक वर्षे बेकार होतो. सहा महिन्यांसाठी नाशिकला मॉडर्न हायस्कूलात नोकरी लागली. पण सहा महिन्यांनंतर मी पुन्हा बेकार

होणार होतो. कारण विद्याधर सहा महिन्यानंतर पुन्हा कामावर रुजू होणार होता. तेव्हा विचार केला. विद्याधर परतलाच नाही तर मला ही नोकरी कायमचीच मिळेल. म्हणून मी हे अघोरी कृत्य केलं.''

''पण तुला विद्याधर ओळखत नव्हता?''

''नाही, तो कोल्हापूरला आल्यानंतर पंधरा दिवसांनी 'इंटरव्ह्यू' घेऊन मॉडर्न हायस्कूलात माझी नेमणूक झाली होती. मी कोण हे त्याला ठाऊक नव्हतं.''

''मग तू त्याला कसं काय गाठलंस?''

''विद्याधरचं पुणे आकाशवाणीवर भावगीतगायन होणार हे मला हायस्कुलात सायंकाळी समजलं. आता भावगीत जेव्हा प्रसारित होतात त्या अगोदर एक-दोन दिवस रेकॉर्डिंग होतं ते मला ठाऊक होतं. म्हणून मी पाच दिवसांची रजा घेऊन पुण्याला आलो. विद्याधरचं रेकॉर्डिंग झाल्यावर तो कोल्हापूरला जाण्यासाठी स्वारगेटला एस. टी. स्टँडवर आला. मीही त्याच्या मागोमाग स्टँडवर गेलो. एस. टी.त मी त्यांच्याशेजारी जागा मिळवली. सहप्रवासी म्हणून बोलायला सुरुवात झाली. तेव्हा मी माझं आडनाव बापट असं त्याला सांगितलं. मी त्याच्या जागी नाशकाला नोकरीवर रुजू झालो आहे हे मुळीच सांगितलं नाही. शिरवळ, सातारा, कराड इथं आम्ही मिळून चहा घेतला. पैसा मीच दिले. माझ्या उदारपणाने विद्याधर भारावून गेला. मी माझ्या मावशीला भेटण्यासाठी कोल्हापुरला चाललो आहे, अशी थाप मी दिली होती. त्याला हे खरं वाटलं होतं.''

''मग पुढं काय झालं?''

''पुढ कोल्हापुरात पोचल्यावर विद्याधर मला म्हणाला, बाबूजमाल इथे माझी खोली आहे. मावशीकडं झोपण्याची थोडी गैरसोय आहे असं मी मोघमात बोलून गेलो होतो. त्यावर विद्याधर म्हणाला होता 'जितके दिवस इथं रहाल तितके दिवस माझ्या खोलीवर झोपायला या,मी एकटाच असतो खोलीवर! पण मी दुसऱ्याच दिवशी हे काम करून मोकळा झालो!''

''बरं केलंस!'' उपहासानं हवालदार शहापुरे म्हणाले, ''त्या चाकूचं काय केलंस?''

"तो चाकू मी समोरच्या मोठ्या गटारीत फेकून दिला! दाराला बाहेरून कुलूप लावलं आणि सरळ नाशकाला जाऊन नोकरीवर रुजू झालो! हवालदारसाहेब, केवळ बेकारीला कंटाळून माझ्या हातून हे कृत्य घडलं. मला न्यायालयात दया मिळेल ना?"

"जरूर मिळेल! फाशीऐवजी जन्मठेप होईल. चौदा वर्षे सक्तमजुरी!"

"काय चौदा वर्षे!" आपटे तोंडाजवळ हात नेत उद्गारला!

"गजानन, एका निरपराध आणि निष्पाप माणसाचा निर्घृण खून केल्याबद्दल मी जर न्यायाधीश असतो तर तुला भरदिवसा बिंदू चौकात फाशी दिली असती. पण तुझं वय आणि गुन्ह्यामागचा हेतू लक्षात घेऊन तुला न्यायाधीश ही जन्मठेपेची दया दाखवतील, तेच फार मोठे उपकार समज!"

तो खटला खूप गाजला. शेवटी गजाननला जन्मठेपेची शिक्षा झाली.

केशवराव जाधवांची छोटी कन्या नलिनी आता मोठी झाली आहे. शास्त्रोक्त गाण्यात तिने फार मोठी प्रगती केली आहे. पण सुरुवातीला तिला गाण्याची खरी गोडी लावली ती विद्याधरनं! नलिनीनं विद्याधरचा एक फोटो मिळवून तो रंगवून घेतला आहे. नित्यनियमाने ती रियाज करते, तेव्हा विद्याधरचा ताज्या फुलांचा हार घातलेला फोटो तिच्यासमोर असतो. रियाजाला सुरुवात करण्यापूर्वी ती ज्ञानेश्वरीतला तो श्लोक पहिल्यांदा म्हणते:

"म्हणोनि जाणतेनो गुरू भजिजे.

तेणे कार्या होई जे, जैसे मूळ सिंचने सहजे!

शाखापल्लव संतोषती।।......मिया अभिवंदिला श्री गुरुचि......जो अभिलषित मनोरुचि!.......पुरविता तो."

हा श्लोक म्हणताना नलिनीचे डोळे पाणवतात! पण लगेच ते पुसून ती रियाजाला सुरुवात करते.

ह्याला जीवन ऐसे नाव!

दुर्गापूरच्या पोलीस मुख्यालयासमोर आज बरीच गर्दी जमलेली होती. हत्यारी आणि आडहत्यारी पोलिसांची भरती होणार होती. अठराएकोणीस वर्षांपर्यंतची शे-दोनशे मुलं तिथं आली होती. त्यातले काहीजण बी. ए. पर्यंत शिकलेले होते. कोणाला एन. सी. सी. चे 'बी' सर्टिफिकेट होते तर कोणी आमदार खासदारांच्या चिठ्ठ्या घेऊन आले होते. पण यावर्षी दुर्गापूरला बदलून आलेले पोलीसप्रमुख कोणालाही वशिल्याच्या आधारावर भरती करून घेणार नाहीत अशी खात्रीशीर बातमी श्रीरंगला समजली होती.

श्रीरंगजवळ फारसं शिक्षण नव्हतं. मॅट्रिकच्या उंबरठ्याला दोन वेळा धडक देऊन, शाळेचा नाद सोडून तो तालमीकडे वळला होता. पण तालमीत नाव कमवायचं तर घरचं खाऊन पिऊन बरं लागतं. खुराकासाठी कोणात्यातरी सधन माणसाचा वरदहस्त हवा असतो. तसंही काही त्याच्याजवळ नव्हतं. पण तरीही श्रीरंग नियमानं तालमीत जाऊ लागला. घरी त्याची विधवा आई बायजा एकटीच होती. वडिलोपार्जित दोन एकर जिराईत जमीन होती. पाऊसकाळ चांगला झाला तर चार दोन पोती ज्वारी हातात पडायची. एखाददुसरं शेंगेचं पोतंही व्हायचं अन् ही मायलेकरं शेंगाची चटणी आणि भाकरी यावर सालभर कशीतरी गुजराण करायची.

कोणाच्या अध्यात ना मध्यात असा श्रीरंगचा स्वभाव होता. त्याच्या वयाची पोरं कानावर केसांची झुलपं वाढवून हिजड्यासारखी गावभर भटकायची. घरातून रुपये-दोन रुपये उचलून राजेश खन्ना किंवा हेमामालिनीची भडक पोस्टर्स लावलेल्या सिनेमाच्या तिकिटासाठी तासन्तास रांगेत उभी रहायची. श्रीरंग अशा मुलांत कधीच मिसळत नसे. वाढत्या वयाबरोबर त्याला जबाबदारीची

जाणीव येऊ लागली होती. वडील वारले तेव्हा श्रीरंग फक्त अडीच वर्षांचा होता. तेव्हापासून बायजाबाईनं कष्ट करून त्याला लहानाला मोठा केला होता. तो मॅट्रिक पास व्हावा आणि कुठेतरी कारकून म्हणून लागावा, नंतर त्याला शोभेल अशी सून घरी आणावी अशी स्वप्नं बायजा रंगवीत होती. पण यापैकी एकही गोष्ट घडण्याचं लक्षण दिसत नव्हतं. दोनवेळा तो मॅट्रिक नापास झाल्यामुळे बायजा निराश झाली होती..

"रंगा, आता माज्याच्यानं निबवंना बरं का! कायतरी कामधंदा बग?"

त्यावर श्रीरंग आढ्याकडं पहात म्हणाला,

"आई, पैलवानकीत पैसा लई मिळतो, मी पैलवान हुतो!"

"पैलवान?" बायजा डोळे विस्फारून त्यांच्याकडे पाहात म्हणाली,

"दोन येळा प्वाट भरायची पंचाईत आणि पैलवानकी करायला लागलास तर तुला खुराक कोण घालनार हाय?"

"कशाला पायजे खुराक? बिनखुराकाचा पैलवान हुन दावतो तुला!"

बायजा त्याच्या कल्पनेची कीव करीत हवेत हात उडवून म्हणाली,

"आर तू येडा खूळ रं? पैलवान हुयाला घरचं मनगड लागतंया? आपल्याकडं काय हाय?"

"तू गप्प बस एक सा म्हैने! पाडळीची जत्रा आलीय तोंडावर. जत्रेत कुस्त्याचा फड असता, पैल्याझूडलाच तुला गम्मत दावतो!"

बिचाऱ्या बायजेला क्षणभर वाटले, खरच एक आठ दहा एकर बागाईन जमीन असती तर श्रीरंगाला त्याच्या इच्छेप्रमाणे पैलवान केला असता! पण आता काय करू?

श्रीरंग गावच्या तालमीत व्यायामाला जाऊ लागला. साडेपाच फूट उंचीचा, गोरा, मोठ्या डोळ्याचा श्रीरंग लांग लावून ज्यावेळी जोर आणि बैठका मारू लागला तेव्हा तालमीतली पोर त्याच्या स्नायूच्या हालचालींकडे एकटक पहात राहू लागली. बघता बघता त्याचे दंड आणि मांड्या पिळदार दिसू लागल्या. छाती भरदार झाली. डोळ्यांत एकप्रकारची रग उमटली.

गावचे सरपंच, कल्याणराव जाधव त्यादिवशी आखाड्याकडे फिरत आले. त्यांनी रंगाला मैदानात सरावासाठी वस्तादासोबत कुस्तीचे डाव शिकताना

पाहिलं आणि वस्तादांना म्हटलं,

"रंगा चांगलाच तयार झाला की!"

"चांगला?" आखड्यातली मूठभर माती घामेघूम झालेल्या रंगाच्या छातीवर टाकून श्रीपतराव वस्ताव म्हणाले,

"सरपंचसाहेब, हे प्वार गावचं काय पर जिल्ह्याचं नाव काडनार! बिन खुराकाची ही तयारी, चांगला खुराक घावला तर मी मी म्हननाऱ्यास्नी लोळीवनार हाय ह्यो!"

आखाड्याच्या जवळ येत कल्याणरावांनी विचारलं.

"म्हणजे? ह्याला खुराक न्हाई?"

"आवो आपल्या गना शिंद्याचा ल्योक ह्यो. बाप दारू पिऊन मेला बायजानं हेला लहानाचा मोठा केला. साळंचं काय जमलं न्हाई म्हणून आता पैलवानकीकडं आलाय!"

कल्याणराव जाधव श्रीरंगाच्या पिळदार आणि आकर्षक शरीराकडे पहात म्हणाले, "वाड्यातनं रोज दोन शेर दूध घेऊन जा, आणि खुराकासाठी महिन्याला दीडशे रुपये या एक तारखेला घेऊन जा माझ्याकडून! पण लक्षात ठेव, अपयश पदरात घेता कामा नये! पाडळीचं नाव दुर्गापुरात गाजवायला पाहिजे!"

पायाच्या आंगठ्यानं मैदानातली माती उकरत खाली पाहून श्रीरंगने होकारार्थी मान डोलावली. बायजाला जेव्हा हे समजलं तेव्हा तिनं कल्याणरावांना उदंड धन्यवाद दिले.

श्रीरंग सहा महिन्यांत असा तयार झाला, की त्याला डावपेच शिकवणाऱ्या श्रीपतराव वस्तादना तो मैदानात दाद देईनासा झाला.

पाडळीची जत्रा अगदीच तोंडावर आली. चार दिवस जत्रा चालणार होती. पैलवानांच्या जोड्या ठरण्यात आल्या. त्या जोडीत विजयी होणाऱ्या पैलवानाला दुसऱ्या जोडीत विजयी ठरणाऱ्या पैलवानासोबत झुंजावं लागणार होती. तीन पैलवानांवर जर विजय मिळवला तर चौथी कुस्ती फायनलची होणार होता. या फायनलच्या कुस्तीत विजयी होणाऱ्या पैलवानाला मंत्र्यांच्या हस्ते मानाचा फेटा आणि रोख पाच हजार रुपयाचं इनाम दिलं जाणार होतं.

श्रीरंगचं लक्ष होतं ते त्या फायनलच्या कुस्तीवर!

श्रीरंग रोज सकाळी आणि संध्याकाळी लुंगी लावून वर मलमलीचा शर्ट घालून कल्याणरावांच्या वाड्यात दूध आणण्यासाठी जात होता. पण रोज दूध आणायला जाणाऱ्या श्रीरंगला, माडीवरच्या खिडकीच्या जाळीदार पडद्यातून कल्याणरावांची कन्या लीला चोरून आपल्याकडे पहात असते याची यत्किंचितही जाणीव नव्हती.

त्यादिवशी श्रीरंग संध्याकाळी थोड्या वेळानंच वाड्याकडं दुधासाठी गेला, तेव्हा त्याला रोज दूध देणारा गडी वाड्यात नव्हता. काहीतरी कामासाठी तो बाहेर गेला होता. जाधवीणबाईंची प्रकृती ठीक नव्हती. त्यादिवशी श्रीरंगला दूध देण्यासाठी लीला खाली आली.

दोघांची नजरानजर झाली. मलमलीच्या शर्टांमधून दिसणारी त्याची छाती जाधवांच्या भिंतीवर टांगलेल्या ढालीसारखी भक्कम वाटत होती. दुधाच्या तांब्या घेण्यासाठी त्यानं पुढं केलेल्या हाताचं मनगट पोलादी कांबीसारखं दिसलं. श्रीरंगच्या हातात दुधाचा तांब्या देताना लीलाचा हात कंप पावतो आहे, हे श्रीरंगनं पाहिलं अन् तो म्हणाला -

''आज विठोबा कुठे गेला?''

''दोन दिवसांनी गुऱ्हाळ सुरू होणार आहे ना, त्यासाठी मळ्यात गेलाय! का काही काम होतं त्यांच्याकडं?''

''नाही! नाही! सहज विचारलं!''

आणि त्या दिवसापासून विठोबा कुठतरी बाहेर गेला तर बरं असं श्रीरंगला वाटू लागलं. लीलानं आपल्या हातानं दिलेलं दूध त्याला अमृतासारखं गोड लागत होतं. नकळत श्रीरंग आणि लीला एकमेकांकडे आकर्षिले जात होते.

जत्रेचा दिवस उजाडला. श्रीरंगने आईच्या पायावर डोकं ठेवलं तेव्हा ती म्हणाली,

''माझ्या कशाला पाया पडतोस? आगुदर सरपंचाचा आशीर्वाद घेऊन ये,जा!''

''तिकडं तर जाणार हैच!'' हसत हसत लहरी पटक्याचा शेमला

पुढं घेत भिंतीतल्या आरशात बघत श्रीरंग म्हणाला.

श्रीरंग वाड्यात आला. समोरच्या चौकालगत त्यानं आपलं कोल्हापुरी पायताण काढून ठेवलं आणि चौक ओलांडून तो ढेलजेत आला. त्यावेळी झोपाळ्यावर बसून कल्याणराव चहा पीत होते. श्रीरंगला पाहून ते म्हणाले.

''आरे पैलवान निघाला वाटत जत्रेला!''

कल्याणरावांच्या पायाला स्पर्श करून श्रीरंग म्हणाला.

''साहेब, आपण येणार नाही?''

''यायची सगळी तयारी केली, पण हे बघ बी. डी. ओ. चं पत्र आलंय. बचत योजनेबद्दल मीटिंग ठरली आहे दुर्गापूरला. पण मी जरी आलो नाही तरी तिथं आहे असं समजून तू खेळ म्हणजे झालं!''

''जी!''

''आक्का, ए लीलाक्का!''

माडीवरून लीला खाली आली.

'आमच्या गावचा पैलवान आज जत्रेला निघालाय. त्याच्या हातावर काहीतरी गोडधोड ठेव!''

लीला आत गेली आणि साखर घातलेला खवा घेऊन आली. खव्याची बशी झोपाळ्यावर ठेवून ती परत माडीवर निघून गेली.

''घे रंगा! आणि खेळताना गडबड करू नको हं! श्रीपतराव वस्ताद म्हणत होता की तुझं डोकं कधी कधी एकदम गरम होतं. पैलवानी पेशाला असा तापटपणा करून भागत नसतं बरं का रंगा!''

रंगानं मान डोलावली. बशीतल्या लाडूएवढ्या खव्याचा त्यानं एकच घास केला आणि तो पुन्हा कल्याणरावांना नमस्कार करून वाड्याच्या बाहेर पडला. बाहेर पडल्यावर त्यानं नेहमीच्या सवयीनुसार दक्षिण बाजूच्या खिडकीकडं पाहिलं. खिडकीतून बाहेर आलेला एक नाजूक हात हलत होता. त्याला विजय संपादून ये असं खुणावत होता.

पाडळीला कुस्त्या झाल्या त्यादिवशी कल्याणराव बाहेरूनच मोठ्याने हसत आले. त्यांच्यासोबत पंचायत समितीचे बाकीचेही सदस्य होते. हसता हसता ते थांबले आणि म्हणाले,

"पण काही म्हणा, फायनलमधला तो सिद्राम वडार श्रीरंगाला फारच भारी होता. रंगाने त्याला घिश्श्यात घेऊन चांगलीच माती चारली!"

"सावकार, तुमचं दूध आणि खुराक नसता तर रंग्या कधीच पैलवान झाला नसता. दुर्गापुराच्या मार्केट यार्डात हमाली करीत बसला असता!" उपसरपंच नाना दिवटे म्हणाले. त्यावर कल्याणराव हसून म्हणाले, "माणसाच्या आयुष्यात जे जे घडणार आहे ते घडल्याशिवाय कधीच राहात नाही! काय सोनबा?"

"आक्शी खरं हाय ते!" सोनबा पाटलांची चंची सोडली.

दाराआडून ही चर्चा ऐकणाऱ्या लीलाला कळून चुकलं की श्रीरंगने पाडळीच्या जत्रेतली अंतिम कुस्तीही जिंकली होती. ही चर्चा ऐकून ती नेहमी आजारी असणाऱ्या आपल्या आईच्या खोलीकडे धावत गेली आणि म्हणाली, "आई, समजलं का तुला? श्रीरंगने मोठी कुस्तीसुद्धा जिंकली!"

"बरं झालं!"

अंथरुणावर पडलेल्या लीलाच्या आईला आपल्या मुलीला इतका आनंद का झाला आहे हे कळत होतं, पण त्याबद्दल ती अधिक बोलू शकत नव्हती. तिला कल्याणरावांचा स्वभाव पूर्ण ठाऊक होता. कल्याणराव स्वतःला शहाण्णव कुळीतले मराठे समजत होते श्रीरंग हा त्यांच्या दृष्टीनं कुळवाडी होता. आता आपल्या गावचं, आणि पर्यायानं आपलंसुद्धा नाव व्हावं म्हणून त्यांनी श्रीरंगला दूध आणि खुराक यांचा रतीब लावला होता, हे सत्य होतं. तरीही श्रीरंगचा जावई म्हणून स्वीकार करण्यात ते स्वप्नातदेखील तयार झाले नसते.

जाधवीणबाई लीलाचा हात हातात घेत म्हणाल्या,

"लीला, हे तुझं वागणं बरं नाही पोरी."

"म्हणजे? मी काय केलं?"

"तुला त्या श्रीरंगाबद्दल जे काही वाटतं, ते वाटायला नको आहे. यांना ते समजलं तर संताप करून घेतील!"

लीला त्या क्षणी गंभीर होऊन म्हणाली, "का? त्यांना का संताप वाटावा ? त्यांनीच तर त्याला दूध आणि पैसे देऊन नामांकित बनवला!"

“पण जावई करून घेण्यासाठी नव्हे!”

“आईऽऽऽ!’ आईचा हात घट्ट धरून लीला म्हणाली, “मला त्याच्याशीच लग्न करावंसं वाटतं. तो फाऽऽऽर चांगला आहे.”

लीला हे शब्द बोलली, आणि त्याच क्षणी कल्याणराव अकस्मात तिथे येऊन ठेपले.

“काय म्हणालीस लीलेऽऽऽ? एकदा बोललीस ते बोललीस! पुन्हा ते शब्द उच्चारशील तर थोबाड फोडून ठेवीन! कुळवाड्याच्या पोराबरोबर लग्न! हुंः! मूर्ख!’

विजयी श्रीरंगाची मिरवणूक वाजत गाजत जाधवांच्या वाड्याकडे येत होती. बैलगाडीत श्रीरंग उभा होता. त्याचं उभं अंग गुलालानं माखलं होतं. मिरवणुकीपुढं ढोल आणि ताशा वाजत होते. गावची तरुण पोरं बेभान होऊन लेझीम आणि दांडपट्टा खेळत होती. मिरवणूक वाड्याकडेच निघाली होती. संतापलेल्या कल्याणरावांना काय करावं समजेना. एकीकडे आपल्या दुधावर पोसलेल्या श्रीरंगनं गावाला अभिमान वाटावा असा विजय मिळवला, याचं समाधान वाटत होतं तर त्याचवेळी खानदानीत जन्मलेल्या आपल्या मुलीने श्रीरंगाला आपल्या जीवनसाथी म्हणून निवडावा, याचा खेद वाटत होता.

“विठोबाऽऽऽ!” कल्याणरावांनी नोकराला हाक मारली. तो तात्काळ धावत माडीवर आला. “जा, त्या मिरवणुकीतल्या लोकांना सांग इकडं येऊ नका म्हणून!”

विठोबा संभ्रमात पडला. त्याला मालकांना काय झालंय हेच समजेना. तो भ्रमिष्टासारखा कल्याणरावांच्या चेहऱ्याकडे पहात तिथंच थांबला, तेव्हा ते त्याच्यावर उखडले, “जा हरामखोरा, सांग त्या लोकांना, इकडं येऊ नका म्हणून!”

विठोबा मिरवणुकीकडं धावत गेला. मिरवणूक ऐन जोषात आली होती. गावचे पाटील अग्रभागी होते. त्यांच्या कानात विठोबाने सरपंचांचा निरोप सांगितला, तसे ते विठोबावर ओरडून म्हणाले,

“का रे? मिरवणूक थांबवा का म्हणाले?”

"होय होय! थांबवा म्हणाले."

"पण कशासाठी?"

"ते मला ठाव नाय!"

पाटलांनी क्षणभर आपली कल्पनाशक्ती लढवली. जाधवीणबाई बऱ्याच दिवसांपासून आजारी आहेत. बहुतेक त्यांची तब्येत जास्त बिघडली असल्यामुळे कल्याणरावांनी असा निरोप धाडला असला पाहिजे, असा त्यांनी अंदाज केला. दोन्ही हात वर करून त्यांनी वाद्ये वाजवणाऱ्यांना थांबण्याचा इशारा केला.

गाडीवर चढून श्रीरंगला म्हणाले, "बहुतेक जाधवीणबाईंची तब्येत फार बिघडलेली दिसते. मिरवणूक थांबवा असा निरोप आलाय कल्याणरावांचा!"

ते ऐकताच श्रीरंग गाडीवरून तात्काळ खाली उतरला. त्यानं पटक्याच्या शेल्यानं कपाळावरचा गुलाल पुसून टाकला. एकटाच तो कल्याणरावांच्या वाड्याकडे निघाला.

कल्याणराव तळहातावर मूठ आपटून लीलाला विचारत होते, "कार्टे, तुला शिकवलं त्याचं हे फळ देतेस? थांब, आता महिन्याभरातच तुझं लग्न करून टाकतो आणि यापुढे त्या हरामखोराचं नाव...!"

कल्याणरावांचे शब्द पूर्ण व्हायच्या आतच श्रीरंग माडीवर आला त्याने जाधवीणबाईंच्या जवळ रडत उभ्या असलेल्या लीलाकडं पाहिलं अन् त्यालाही वाटलं की जाधवीणबाईची प्रकृती अचानक बिघडलेली दिसते. कल्याणरावांच्या जवळ जाऊन त्यानं अदबीनं विचारलं.

"साहेब काय झालं? लीलाक्का का रडतात?"

"का रडतात? हूंऽऽऽ ! रंगा तू आज मोठा विजय मिळवलास,गावचं नाव गाजवलंस. पण तुझ्यामुळे माझ्या घरचं स्वास्थ्य पार बिघडून गेलंय! तुझी यात फारशी चूक नाही हे दिसतं मला. पण तू आता जा! या लिलीचं लग्न होईपर्यंत या वाड्याकडे येऊ नकोस. जाऽऽऽ!"

श्रीरंगाला तिथं काय प्रकार घडला असावा, याचा तात्काळ सुगावा लागला. कल्याणरावांचे पाय धरून म्हणाला, "साहेब, तुमच्या आज्ञेप्रमाणे वागेन!" जाताना त्याने जाधवीणबाईंच्याही पायाला स्पर्श करून नमस्कार केला. लीला त्यावेळी भिंतीकडे तोंड करून डाव्या मनगटावर डोकं टेकवून

ओक्साबोक्शी रडत होती. हुंदके देत होती.

श्रीरंग सुतकी चेहऱ्यानं घरी परतला. बायजानं त्याला विचारलं, "का रं, काय झालं? मिरवणूक का मोडली, जाधवीणबाईस्नी लई झालंय का?"

"आई, तिथं काय झालंय ते मला विचारू नको!"

"मी जाऊन येते बगून!"

"नाहीऽऽऽ तिकडं जायचं नाही!"

"का रं?" बायजानं विचारलं, "तुजं डोस्कबिस्कं बिगाडलंय का काय?"

"डोस्कं बिगाडलंय, पर ते सरपंचाचं! मला वाड्यात पाऊल ठिवायचं न्हाई म्हणून ताकीद केलीया!"

बायजाही बुचकळ्यात पडली.

श्रीरंगचं नाव झालं होतं. आता त्याला आपण कुठेही चार पैसे कमवू, सन्मानानं जगू याचा आत्मविश्वास वाटत होता. पेपरमध्ये स्थानिक पोलिसात भरती होणार अशी बातमी आली म्हणून तो दुर्गापूरच्या पोलीस मुख्यालयापुढे येऊन हजर झाला होता. नुकतीच पाडळीच्या जत्रेत त्यानं 'फायनल' कुस्ती जिंकल्यामुळ वृत्तपत्रातून त्याचे फोटो आले होते. त्यांच्या मल्लविद्येतील कौशल्याचा गौरव केला गेला होता.

पोलीस अधीक्षकांनी श्रीरंगच्या भरदार व्यक्तिमत्त्वाकडे निरखून पहात विचारलं,

"कुस्ती का सोडलीस? चांगलं नाव कमावलं असतंस की?"

"साहेब, घरीच परिस्थिती नाही. कुणाचा पाठिंबा नाही. आईच वय झालंय"

हे सारं सांगताना श्रीरंग भावनाविवश झाला होता. कुस्ती सोडण्याचं कारण तो डी. एस. पी. साहेबांना सांगू शकत नव्हता.

"ठीक आहे. आम्हालाही खात्यामध्ये तुझ्यासारखे स्पोर्टस्‌मन असणं हे भूषणावह असतं. तुझी निवड करण्यात आलेली आहे. येत्या एक तारखेला तू खंडाळ्याच्या प्रशिक्षण शिबिरात दाखल व्हायचं आहे. ओ केऽऽऽ बेस्ट ऑफ लक टू यू!"

श्रीरंगची बिनवशिला पोलिसात भरती झाली, ही वार्ता गावात आली त्याचवेळी गावात कुजबूज उठली होती, की सरपंचाच्या मुलीशी श्रीरंगचे प्रेमसंबंध जमले होते म्हणून त्यानं गाव सोडला.

कल्याणरावांनी मात्र सुटकेचा नि:श्वास सोडला. त्यांना त्या प्रकरणी श्रीरंगचा फारसा दोष नाही हे समजत होतं, पण तरीही लवकरात लवकर लीलाचं लग्न करून टाकायचं असा त्यांनी निर्धार केला. लीलासाठी स्थळं पहायला त्यांनी सुरुवात केली. उच्च कुळात जन्मलेल्या आणि फौजदारकीच्या नोकरीत असलेल्या अशा तरुणांची त्यांनी माहिती काढायला सुरुवात केली. लीलाला सुचवून द्यायचं होतं की, पती म्हणून माळ घालायची असेल तर ती पोलिसांपेक्षा फौजदारांच्या गळ्यात घाल अन् तीही उच्च कुळीच्या तरुणाच्या गळ्यात!

लीला बापापेक्षा अधिक हट्टी होती. तिनं 'दाखवायला कोणाला घेऊन याल तर मी कोणापुढेही उभी राहाणार नाही,' असं सांगून टाकलं.

कल्याणरावांनी दुसरा डाव टाकला. ते श्रीरंगच्या घरी गेले. बायजाला ते अनपेक्षितरित्या आल्याचं पाहून आश्चर्य वाटलं. लगबगीनं उठून तिनं घोंगडं अंथरलं.

"काय म्हणतो रंगा, पत्रंबित्रं येतं की नाही?"

"येतं की!" उंबऱ्याच्या बाजूला उभ राहून अदबीनं बायजा म्हणाली.

"आता सून आण बर लवकर!"

"सूऽऽऽन!" बायजा तोंडाला पदर लावून म्हणाली,

"तो म्हणतो जाऊ दे वर्ष दोन वर्ष. साहेबांची लई मर्जी बसलीय; हवालदार झालो की मग लगीन करू!"

"बायजा, ते तसलं काय ऐकू नको. सावरगावच्या बोधल्याची मुलगी फार चांगली आहे. बोधल्या माझ्या मागं लागला आहे, काहीही करून एवढं जमवा म्हणून! चार-दोन हजार खर्च करायची त्याची ताकतही आहे!"

"सावकार, तुमीच रंगाला नावारूपाला आन्लासा, आता एवढं तुमीच म्होरंहून करून टाका जावा!"

"ठीक आहे! तुझी संमती आहे ना?"

"मी काय तुमच्या शब्दाभाईर हाय?''

कल्याणरावांनी दुर्गापूरला जाऊन श्रीरंगची भेट घेतली.

"रंगा, मी तुला वाड्याकडं यायला बंदी केली म्हणून तू रागावला असशील नाही?''

"छेऽऽऽ ! मला रागावायचं काय कारण! उलट तुमच्या आशीर्वादानेच मला ही नोकरी लागली!''

"ते जाऊ दे! मी आलो होतो अशासाठी की आता बायजाचं वय झालं आहे. तिच्या हातून पूर्वीसारखं काम होत नाही. डोळ्यांसमोर तुझं लग्न व्हावं अशी तिची इच्छा आहे.''

"तिची इच्छा आहे का तुमची?''

कल्याणराव हसत हसत म्हणाले, "कसंही समज; पण खरं सांगू रंगा, तुला जर माझ्याबद्दल काही वाटत असेल तर मी म्हणतो त्या गोष्टीला होकार दे!''

"कोणती गोष्ट?''

"मी सावरगावच्या बोधल्याची मुलगी तुझ्यासाठी ठरवलेली आहे. मुलगी देखणी आहे. बोधल्याही पैशानं चांगला आहे. तुझं लग्न झाल्याशिवाय माझीही अडचण दूर होणार नाही. मी तुझ्याशी डावपेचानं वागलो नाही, तू ते जाणतोसच. मग आता एवढं माझं ऐक !'' कल्याणरावांनी श्रीरंगला चक्क हात जोडले.

"मला विचार करायला पाहिजे.''

"ठीक आहे. आज रात्रभर विचार कर आणि मला उद्या सांग. मी आज दुर्गापुरातच राहणार आहे.''

श्रीरंग ड्युटीवरून परतला. येता येता हॉटेलात जेवून आला. पण अलीकडे त्याला हॉटेलच्या जेवणाची शिसारी येऊ लागली होती. बेचव आमटी, भाजी, भाकरी, चपातीत काचा कुटून घातल्यासारखी लागणारी खर याला तो वैतागला होता. शिवाय लीलाबद्दल आपल्याला आकर्षण वाटत असेल तरी तिच्याशी आपला विवाह होणं अशक्य आहे, हेही तो ओळखून होता. पोलीसखात्यात भरती झालेल्या दिवसापासून प्रत्येक गोष्टीकडे

तो वास्तव दृष्टिकोनातून पहायला शिकला होता.

दुसऱ्या दिवशी सकाळी त्याने कल्याणरावांना सांगून टाकले.

"साहेब मी लग्नाला तयार आहे . फक्त एकदा मुलगी पहायला हवी."

"आजच तो कार्यक्रम उरकून टाकू." चुटकी वाजवून कल्याणराव उद्‌गारले.

सावरगावच्या बोधल्याची कन्या पद्मिनी दिसायला अतिशय सुंदर होती. तिला बघताक्षणीच श्रीरंगला लीलाची आठवण झाली. नकळत तो लीलाची आणि पद्मिनीची मनातल्या मनात तुलना करू लागला. लीलाही सुंदर होती, आणि तिच्या सौंदर्याला सात्त्विकतेची जोड होती. पण पद्मिनीच्या सौंदर्याला ती नव्हती. पद्मिनीही गोरी गोमटी होती. डोळ्यात किंचित काजळ घातल्यामुळे तिचे डोळे आकर्षक दिसत होते, पण तरीही लीलाच्या नजरेतली तडफ त्यात दिसत नव्हती. ती खाली मान घालून चेहऱ्यावर निष्पापता आणण्याचा बळे बळेच प्रयत्न करीत होती.

"तुला काय विचारायचं असेल तर विचार!" या कल्याणरावांच्या सूचनेनं श्रीरंगची विचारमालिका खंडित झाली. तो किंचित कावराबावरा होऊन म्हणाला.

"काय विचारू?"

"काहीही विचार. आवड कशाची आहे, जेवण काय काय करता येतं असं काहीतरी विचार ना!"

पण श्रीरंगनं काहीच विचारलं नाही. बायजा शेजारच्या दोन 'सवाष्णी' सोबत घेऊन आली होती. ती आत बायकांशी बोलत होती. बोधल्यांच्या घरची सुस्थिती पाहून ती हकापका झाली होती. श्रीरंगचं भाग्य म्हणूनच अशी देखणी मुलगी त्याला चालून आली असं तिच्या भाबड्या मनाला वाटत होतं फक्त एकच गोष्ट तिच्या मनाला खटकत होती. वीस वर्षांचं वय होईपर्यंत ती लग्नाची कशी काय राहिली? रूपातही काही चूक काढता येण्यासारखी नव्हती. घर म्हणावं तर कुळवाड्याचं असून खानदान मराठ्यांना लाजवेल असं व्यवस्थित होतं. घरात विजेचे दिवे, रेडिओ, खुर्च्या, टेबल, स्वयंपाकघरात स्टेनलेस स्टीलची भांडी. बोधलीणबाईच्या अंगावर दहावीस

तोळे सोनं होतं.

मुलगी पसंत पडली असल्याचं सांगून मंडळी परत निघाली. टॅक्सीत मागे बसलेल्या बायजानं मनातली शंका दूर करण्यासाठी कल्याणरावांना विचारलं, ''सावकार, पोरगी दृष्ट लागण्यासारखी हाय, पर अजून लगीन कसं झालं नव्हतं?''

त्यावर कल्याणराव किंचित हसून म्हणाले.

''बायजा, अगं बोधले पैसेवाला माणूस आहे. आपल्या मनाजोगतं स्थळ मिळाल्याशिवाय तो आपली लेक देतो थोडाच?''

''आमची त्येची बरोबरी हाय?''

''हॉऽऽऽ! बायजा पैशाकडून तू लंगडी असशील, पण रंगानं घराण्याचं नाव काढलंय! आता तो पोलीस झालाय. वर्षा-दोन वर्षांत तो हवालदार होईल. आणि न जाणो कदाचित तो फौजदारसुद्धा होईल. डिपार्टमेंटल माणसं अशा वरच्या हुद्यावर चढत जातात!''

'डिपार्टमेंटल' या शब्दाचा अर्थ न समजताही बायजाला वाटलं सावकार म्हणतात त्याचा भविष्यकाळ उज्ज्वल आहे.

श्रीरंग काहीच बोलता नव्हता. तो काहीसा गंभीर होता. आपल्यावर ते लग्न बळेबळेच लादलं जात आहे अशी भावना त्याला सतावत होती.

''आता लवकरात लवकर उरकून टाकू!''

कल्याणराव म्हणाले.

''चार पैसे नको हातात?'' बायजानंच प्रश्न केला.

''पैसे कशाला? बोधल्यावर सगळी जबाबदारी टाकणार आहे मी!''

त्यावर बायजानं पुढं काहीच विचारलं नाही.

पहिल्या मुहूर्तालाच श्रीरंगचं लग्न झालं. लग्नात पुढाकार घेतला होता कल्याणरावांनी. लग्न झालं ते सावरगावला, पण श्रीरंगच्या गावची शे-दोनशे माणस लग्नाला आली होती. पोलीस खात्याचा बँड बोधल्यांनी आणला होता. जिलेबी आणि मसालेभाताचं जेवण घातलं. घरावर विजेची रोषणाई करण्यात आली होती. बायजाला इतकी श्रीमंताघरची सून मिळाली हे पाहून अनेकांच्या पोटात दुखू लागलं.

लग्न झाल्यानंतर श्रीरंगची बदली दुर्गापूरच्या हेडक्वार्टरमधून तालुक्याला झाली.

गंगापूर तालुक्याला पोलिसांसाठी खोल्या होत्या. पोलीसलाईनमध्ये श्रीरंगला जागा मिळाली. बायको मात्र आपल्या घरी गावीच राहिली.

श्रीरंगचं लग्न झाल्यानंतर कल्याणराव मोठ्या खुषीत येऊन लीलाला म्हणाले,

"आक्का,श्रीरंगची बायको फार देखणी आहे! नशीब बेट्याचं!"

लीला खिडकीतून बाहेर पहात होती. ती काहीच बोलली नाही.

"राजाराणी गंगापूरला मजेत आहेत!"

"आबा, कशासाठी मला सांगता हे सगळं!"

ताडकन लीला उद्गारली,

"अशासाठी की तुला आता श्रीरंग डोक्यातून काढून टाकायला हरकत नाही."

"हूंऽऽऽ!"

तिरस्कारानं लीला म्हणाली, "तुमच्या मनासारखं झालं ना? आता पुन्हा तो विषय काढू नका माझ्यासमोर!"

"तुला मुद्दाम सांगतो आहे याचं कारण लवकरच तुला पहायला प्रकाशराव देशमुख येणार आहेत! त्यांचीही दुर्गापूरला नेमणूक झालेली आहे? फौजदार आहेत ते!"

"मला इतक्यातच लग्न करायचं नाही!"

"मग केव्हा? म्हातारी झाल्यावर? लीला तुला सांगून ठेवतो. आजपर्यंत तुझे फार लाड झालेत, यापुढे मी काही सहन करणार नाही. निमूटपणाने लग्नाला तयार हो!"

"मला लग्न करायच नाही नाही नाहीऽऽऽ!"

पाय आपटत लीला माडीवर निघून गेली. कल्याणराव तळहातावर डोकं टेकून चिंताग्रस्त होऊन स्वतःशीच पुटपुटले. "आता या कार्टीला करावं तरी काय?"

गंगापूरच्या पोलीस लाईनमध्ये श्रीरंग आणि पद्मिनी यांचा संसार सुरू

झाला. चार महिने उलटले. पद्मिनी श्रीरंगशी मनाने एकरूप होऊ शकत नव्हती. एकतर तिला बापाच्या श्रीमंतीचा गर्व होता, आणि दुसरं म्हणजे श्रीरंग साधा शिपाईगडी होता. तिला वाटलं होतं की श्रीरंगपेक्षा अधिक चांगला नवरा आपल्याला मिळायला हवा होता.

ती बातमी ऐकून कल्याणराव अस्वस्थ झाले. त्यांना खरंच वाटेना. गावात सर्वत्र त्या बातमीवर चर्चा सुरू झाली. आणि ती बायजाच्याही कानावर आली. ती ऊर बडवून घेत कल्याणरावांच्या वाड्याकडे आली. लीलालाही ही बातमी समजली होती. तीही अस्वस्थ झाली. बातमी फारच भयानक होती. श्रीरंगनं पोलीस लाईनमध्ये रहाणाऱ्या नीळकंठ हवालदाराचा खून केला होता. श्रीरंगला अटक करण्याअगोदरच तो स्वत: होऊन पोलीस ठाण्यात रक्तानं माखलेल्या कुऱ्हाडीनिशी हजर झाला होता.

दूसऱ्यादिवशी वृत्तपत्रातून भडक मथळ्याखाली बातमी प्रसिद्ध झाली, 'पोलीस शिपायाने हवालदारांचा खून केला. गुन्ह्यानंतर आरोपी स्वत: होऊन ठाण्यात हजर! खून प्रकरणी अधिक तपास चालू असून सदरचा प्रकार बाईच्या प्रकरणातून घडला, असे बोलले जाते!'

गंगापूरला जावं की न जावं अशा द्विधा मनस्थितीत कल्याणराव होते. लीला वृत्तपत्रातली ती बातमी वाचून खाली आली आणि म्हणाली,

"काय करायचं ठरवलंय?"

"कशाचं?" कल्याणरावांनी तिलाच विचारलं.

"श्रीरंगचं? त्याला जामिनावर सोडवून आणायला हवं! वकील द्यायला पाहिजे!"

"केस खुनाची आहे. खुनाच्या केसमध्ये आरोपीला जामिनावर सोडत नाहीत! पण मी म्हणतो त्याच्याबद्दल तुला विचार करायचं कारणंच काय?"

"कारण ? ऐकायचं आहे?"

"तुला काय ठाऊक आहे?" तिरस्कारानं कल्याणरावांनी लीलाला विचारलं. "तुम्हालासुद्धा ठाऊक नाही ते सगळं मला ठाऊक आहे. श्रीरंगच्या आयुष्याचं वाटोळं करायला केवळ तुम्हीच जबाबदार आहात!"

"मी? काय बरळतेस लीला?"

“जाणूनबुजून तुम्ही त्या बदफैली पोरीशी त्याला लग्न करायला लावलंत! तो बाहेरगावी गेला की ती त्या नीळकंठ हवालदाराला बोलावून घेत होती. लग्नानंतर त्याचा कुस्तीचा छंद संपला होता. पण तरीही कुठं कुस्त्यांची दंगल असली की रजा काढून तो कुस्त्या पहायला जायचा! नीळकंठ हवालदार त्याला रजा द्यावी म्हणून फौजदारांना शिफारस करायचा! गंगापुरात त्या नीळकंठ हवालदाराविषयी कोणाचंही मत चांगलं नव्हतं. तो बाहेरख्याली स्वभावाचा होता. पद्मिनीचा पूर्वेतिहासही काही समाधानकारक नव्हता. तिचं लग्न लवकर झालं नाही याची कारणं निराळी होती. दोन-तीन लफडी केली होती तिनं. तुम्हाला हे सर्व ठाऊक होतं, पण केवळ मी श्रीरंगबद्दल विचार करण्याचं सोडून द्यावं म्हणून तुम्ही बायजाची आणि श्रीरंगची दिशाभूल करून घाईगर्दीने हे लग्न उरकून मोकळे झालात!

“नीळकंठ हवालदाराचे आणि पद्मिनीचे सूत जमल्याची कुणकुण श्रीरंगाच्या कानावर गेली. पण ऐकीव बातमीवर विश्वास ठेवायला तो तयार नव्हता. त्याला स्वत:ला खात्री करून घ्यायची होती. परवा खून घडला त्यादिवशी तो कुस्त्या पहायला सांगोल्याला जाणार म्हणून दोन दिवसांची रजा घेऊन गेला. पद्मिनीनं त्याच रात्री नीळकंठ हवालदाराला निरोप धाडला. रात्री दहाच्या सुमारास नीळकंठ पोलीस लाईनमधल्या श्रीरंगच्या खोलीत शिरला. त्यानं दार बंद करून घेतलं. पण कुस्त्या पहायला जाण्याचा बहाणा करून गेलेला श्रीरंग परत आला. त्यावेळी त्याच्या हातात कुऱ्हाड होती. त्यानं दार ठोठावलं. त्या खोलीतून बाहेर पडायला दुसरा मार्ग नव्हता. नीळकंठ आत सापडला होता. पद्मिनीला त्यानं सांगितलं ‘तू दार उघड मी एकदम जोरात मुसंडी मारून पळून जातो.’ पद्मिनीनं त्याप्रमाणे दार उघडलं आणि नीळकंठने पळून जाण्याचा प्रयत्न केला. पण दारात फरशी कुऱ्हाड उगारून तयार असलेल्या श्रीरंगने त्याचं मुंडकं धडावेगळं केलं! व्यभिचार करताना प्रत्यक्ष बघितल्यावर नवऱ्याने पत्नीवर किंवा तिच्या यारावर जर असा हल्ला केला तर कायद्याने तो खून मानला जात नाही! हे कृत्य क्षम्य मानलं जातं! पण नीळकंठ हा फौजदाराचा उजवा हात होता. त्यानं गुन्ह्याची जागा बदललेली आहे. नीळकंठचं प्रेत शंभर फुटांवर नेऊन ठेवलेलं आहे.

त्याचं मुंडकंही तिथंच पडलं होतं असा पंचनामा करण्यात आलेला आहे. श्रीरंग निर्दोष आहे. खरं सत्य न्यायालयासमोर यायला हवं आहे. त्यासाठी चांगला वकील द्यायला हवा! फौजदारांच्या कारवाईवर प्रकाश टाकायला हवा!''

''कोणी सांगितलं तुला हे सर्व?''

ब्लाऊजमध्ये घडी करून ठेवलेलं पत्रं बाहेर काढून दाखवत लीला म्हणाली.

''ही काही ऐकीव बातमी नव्हे! श्रीरंगनं स्वत:च्या हाताने मला हे पत्र लिहून पाठवलं आहे! शंका असेल तर वाचा हे!''

लीलानं ते पत्रं कल्याणरावांच्या समोर टाकलं!

''पण तो तर पोलीस कोठडीत आहे!''

''हो, खरंय ते, पण बऱ्याच पोलिसांना नीळकंठ हवालदाराबद्दल तिरस्कार होता. श्रीरंगनं त्याचा निकाल लावला हे पाहून त्या सर्वांनाच समाधान वाटलेलं आहे! श्रीरंगनं मला पाठवलेलं पत्रही आज सकाळी एक साध्या वेषातला पोलीसच येऊन गेला! मग बोला काय करणार आहात तुम्ही!''

कल्याणराव पुतळ्यासारखे निश्चल बसून होते. त्यांना काय बोलावं हेच सुचत नव्हतं. पण आता लीला दोन्ही हात कमरेवर ठेऊन त्यांच्यासमोर उभी होती. तिच्या नजरेत असा भाव होता की, 'श्रीरंगवर ओढवलेल्या या आपत्तीला एकमेव तुम्ही जबाबदार आहात!'

कल्याणरावांनी ते पत्र वाचलं. त्यानंतर ते उठले. त्यांनी खुंटीवरचा कोट अंगावर चढवला पटका बांधला. पायात बूट चढवला. कोपऱ्यातली काठी हातात घेतली आणि ते ढेलजेत आले. त्यांच्या मागोमाग दारापर्यंत आलेली लीला म्हणाली, ''आणि वकिलांना विचारा की अशा बदफैली बायकोला सोडपत्र देता येतं की नाही?''

कल्याणराव लीलाच्या त्या प्रश्नानं अवाक झाले. नकळत ते म्हणाले, ''हो, आता तेही विचारायला हवंच!''

इतकं बोलून कल्याणराव दुर्गापूरला जाण्यासाठी झपझप पावले उचलत स्टँडकडे निघाले. लीला बराच वेळ दाराच्या चौकटीला हात देऊन त्यांच्या पाठमोऱ्या आकृतीकडे पहात उभी होती.

❖❖❖